பாலை நிலப் பயணம்

பயண நூல்

பாலை நிலப் பயணம்

பயண நூல்

செல்வேந்திரன்

பாலை நிலப் பயணம்
Paalai Nila Payanam © Selventhiran

First Edition by Ezutthu Prachuram: July 2020
(An imprint of Zero Degree Publishing)
ISBN: 978 93 88860 86 4
Title No. EP: 127

Zero Degree Publishing
No. 55(7), R Block, 6th Avenue,
Anna Nagar,
Chennai - 600 040

Website : www.zerodegreepublishing.com
E Mail   : zerodegreepublishing@gmail.com
Phone   : 98400 65000

Cover Art : Santhosh Narayanan
Layout: Creative Studio

நாஞ்சில் நாடனுக்கு பணிவன்புடன்

உள்ளே

முன்னுரை

நான் பயண நூல்களின் ரசிகன். மார்கோபோலோ பயணக் குறிப்புகள் துவங்கி நிலவு தேயாத தேசம் வரை வாசித்திருக்கிறேன். ராகுலசாங்கிருத்தியாயன், நரசிம்மலு நாயுடு, ஏகே செட்டியார், அரு. சோமசுந்தரன், ஜெயமோகன் ஆகியோரின் ஆக்கங்கள் எனக்குப் பிடித்தமானவை. எந்த ஒரு பயணத் திட்டத்தின் போதும் முன்சென்றவர்கள் எழுதியதை வாசிக்காமல் இருந்ததில்லை. அவை என் பயண அனுபவத்தைப் பெருக்கிக்கொள்ள உதவியிருக்கின்றன.

2019 நவம்பர் முதல் வாரத்தில் ஜெயமோகன் மற்றும் நண்பர்களுடன் ஜெய்ப்பூரிலிருந்து அகமதாபாத் வரை சாலை வழியாகச் சென்ற பயணத்தின் நினைவுகள் துரத்திக்கொண்டே இருந்தன. மூன்று மாதங்கள் கழித்து நினைவிலிருந்து எழுத ஆரம்பித்தேன். பெருகிப் பெருகி 10,000 வார்த்தைகளைத் தாண்டி விட்டது. கிண்டிலில் வெளியிடலாம் எனத் தோன்றியது. இணையத்திலோ அல்லது வேறு பத்திரிகைகளிலோ எழுதாமல் வரும் எனது முதல் நேரடி நூல்.

பயண நூல்களில் மீப்பெரும் வீச்சையும் பாய்ச்சலையும் நிகழ்த்தியவர் ஜெயமோகன். பயணக் கட்டுரைகளின் இலக்கணமாக அவர் கோடிட்டுக் காட்டியவற்றை என் ஏழ்வைக்குத் தக்கபடி எட்ட முயற்சித்திருக்கிறேன். கற்று முன் நகர்ந்து தொடர்ச்சியாக பயண நூல்களை எழுத உத்தேசம் உண்டு.

எதைக்காட்டிலும் முக்கியமானவை பயணத்தின் போது ஜெயமோகனுடன் நிகழ்த்திய உரையாடல்கள். அவற்றை முற்றாக எழுதினால் நூல் மும்மடங்கு பெருகி விடும். போலவே அவரது பார்வைகளை மொழியில் கடத்துவதும் சவலான ஒன்று.

நூலுக்கு வலு சேர்க்கும் அழகிய புகைப்படங்கள் என் பயணத் துணைவரும் ஆருயிர் நண்பருமாகிய மொழிபெயர்ப்பாளர் நரேன் எடுத்தவை. அற்புதமான அட்டைப்படத்தை வடிவமைத்துக் கொடுத்தவர் சந்தோஷ் நாராயணன். வாழைப்பழச் சோம்பேறியான என்னை இடித்து எழுத வைத்தவள் திருக்குறளரசி. பயணத்தின் போது உதவியவர் மொழிபெயர்ப்பாளர் செங்கதிர். இந்நூலை அமேஸானில் வெளியிட விமலாதித்த மாமல்லனின் வழிகாட்டி நூல் உதவிற்று. அனைவருக்கும் என் நெஞ்சார்ந்த நன்றி.

நூல் வெளியான உடனேயே வாசித்துப் பாராட்டியதுடன் எழுத்துப் பிரசுரத்தாரிடம் இந்நூலை வெளியிட பரிந்துரையும் செய்த சாருநிவேதிதா அவர்களுக்கும், அழகுற அச்சிட்டு வெளியிடும் பதிப்பாளர்கள் ராம்ஜிக்கும் காயத்ரிக்கும் என் நெஞ்சார்ந்த நன்றிகள்.

நூலில் தகவல் பிழைகள் அல்லது எழுத்துப்பிழைகள் ஏதேனும் இருப்பின் வாசிப்பவர்கள் தயவுகூர்ந்து மின்னஞ்சலில் தெரிவிக்கவும். அடுத்தடுத்த பதிப்புகளில் சரி செய்துகொள்ள உதவியாக இருக்கும்.

எனது ஆசிரியரும், என் பிள்ளைகளுக்குத் தாத்தாவுமாக இருக்கிற நாஞ்சில் நாடனுக்கு இச்சிறு நூலை சமர்ப்பிக்கிறேன்.

செல்வேந்திரன்
k.selventhiran@gmail.com

பயண ஊஞ்சல்

ஜெய்ப்பூரிலிருந்து கிளம்பி அகமதாபாத் வரை வறண்ட பாலைநிலங்கள் வழியாக ஒரு பயணம் எனும் திட்டத்தை முதலில் முன் வைத்தது ஈரோடு கிருஷ்ணன். அவர் நிலப்பரப்புகளின் ரசிகர். எங்கள் பயணத்தின் திட்டக்குழுத் தலைவர். கடந்த பத்தாண்டுகளாக ஜெயமோகனுடன் தொடர் பயணங்களில் இருக்கிறவர். ராஜஸ்தான் மாநிலத்திற்குப் பயணம் மேற்கொள்ள மீச்சிறந்த மாதம் நவம்பர்தான். பகலில் தாக்குப்பிடிக்க முடிகிற நம்மூர் வெயில். இரவில் பதமான குளிர் என இதமான சீதோஷ்ணம் நிலவும் மாதம்.

சராசரியாக நாளொன்றுக்கு 250 கிலோமீட்டர்கள் சாலை வழியாகப் பயணித்து கூடுமானவரை பாலைவனங்களில் தங்குவதும் வழியில் உள்ள சூழியல், வரலாறு, தொல்லியல் முக்கியத்துவம் வாய்ந்த இடங்களைப் பார்ப்பதும் திட்டம். பயணத்திற்குக் கிளம்பும் முன் அங்கு பார்க்க உள்ள இடங்களைப் பற்றி விரிவாக ஆய்ந்து துப்புரவாகப் படித்து தெரிந்துகொள்வது பயண அனுபவத்தைப் பன்மடங்கு பெருக்கியளிக்கக் கூடியது.

கானுயிர்களைப் பற்றி ஆய்வு செய்யும் பொறுப்பு மொழி பெயர்ப்பாளர் நரேனுக்கு. தொல்லியல் இடங்களைப் பற்றியும் பேராலயங்கள் பற்றியும் வரலாற்று ஆர்வலர் ராஜமாணிக்கம். நிலப்பரப்புகளைப் பற்றி கிருஷ்ணனும் சந்திரசேகரும், ராஜஸ்தானின் பழங்குடி இசை மரபு மற்றும் ஓவிய மரபு பற்றிய அறிமுகத்தை வழங்க நானும் பொறுப்பெடுத்துக் கொண்டோம். பாலைவன சாகஸப் பயணங்களுக்கும் வாகனங்களுக்குமான ஏற்பாடு வழக்கறிஞர் சென்னை செந்தில். காசாளராக வழக்கம் போல வழக்கறிஞர் ஈஸ்வரமூர்த்தி. இசைக்கு ஜெயமோகனும் இம்சைக்கு

சக்தி கிருஷ்ணனும் இடிதாங்கியாக நவீன் சங்கு என ஏற்பாடு. தமிழ்நாட்டிற்கு வெளியே நிரந்தர மொழிபெயர்ப்பாளர் பெங்களூர் கிருஷ்ணன். காங்கோ மகேஷ் இன்னதென்று விளக்கிவிட முடியாத பல பொறுப்புகளை எடுத்துக்கொண்டார். அவை பின்வரும் அத்தியாயங்களில் முயலப்படும். அணியின் அனைத்து உறுப்பினர்களும் திட்டமிடுதலிலும் வேலைகளைப் பிரித்துக் கொள்வதிலும் பங்கேற்காத பயணங்கள் உருப்பட வாய்ப்பில்லை.

ஈரோட்டிலிருந்து வருகிறவர்கள் சென்னை பெங்களூரு விமான நிலையங்கள் வழியாகவும், சென்னை, கோவையிலிருந்து வருகிறவர்கள் டில்லி வழியாகவும் ஜெய்ப்பூரை வந்தடைய திட்டம். நான் நேரேனுடன் கோவையிலிருந்து நள்ளிரவு டில்லிக்கு விமானம் ஏறினேன். சமீபகால பயணங்களில் உருவாகும் இனிய அதிர்ச்சி என்பது உள்ளூர் விமான கட்டணங்கள்தான். இரண்டாயிரம் ரூபாயில் சென்னையிலிருந்து கோவை பறக்க முடியும் என்பது தனியார் ஆம்னி பஸ் கொள்ளையுடன் ஒப்பு நோக்க மிக நியாயமானதுதான். உள்ளூர் விமானங்களில் கீழ் நடுத்தர வர்க்க முகங்களை அதிகம் பார்க்க முடிவது நாட்டின் வளர்ச்சியின் நியாயமான அடையாளங்களுள் ஒன்றாகத்தான் எனக்குப் படுகிறது.

டில்லி விமான நிலையத்தின் கண்ணாடிச் சுவர்களுக்கு அப்பால் தெரிந்த வெளிப்புறச் சாலையை கவனித்தேன். அதிகாலை ஐந்து மணிக்கு சாலை முழுக்க வாகனங்கள் அடைத்துக்கொண்டு நின்றன. ஜூலியஸ் கொர்த்தஸாரின் சிறுகதைகளுள் ஒன்று நினைவுக்கு வந்தது. பாரிஸுக்குச் செல்லும் குறுகிய நுழைவாயில் சாலையின் பிரம்மாண்டமான போக்குவரத்து நெரிசலால் காத்திருப்போர் அகத்தில் நிகழும் மாற்றங்கள் பற்றிய நுட்பமான கதை. அக்கதையில் வருவதை விடவும் பெரிதான போக்குவரத்து நெரிசல். பத்து நிமிடங்கள் நின்று கவனித்தேன். பாம்பின் வால் போல பார்வைக்கு எட்டிய வரை நீண்டு கொண்டே சென்றது. டெல்லியின் மாசு சர்வதேசப் புகழை எட்டி இருப்பதில் வியப்பொன்றும் இல்லை. டெல்லியின் இந்த மானக்கேட்டிற்கு காற்றின் ஈரப்பதமோ, வாகனச் சீர்கேடுகளோ, விவசாயிகள் கரும்புத் தோகையை எரிப்பதோ, நொய்டாவின் தொழிற்சாலைகளோ மட்டும் காரணம் அல்ல. புறநகர் டெல்லியில் லட்சக்கணக்கானோர் ஈடுபட்டுள்ள மலின ப்ளாஸ்டிக் பொருட்கள் உருக்குத் தொழிலே பிரதான காரணமென பயணத்தின் போது ஜெயமோகன் விளக்கினார். நாடெங்கிலும் பயன்படுத்தப்படும் மலினமான ப்ளாஸ்டிக் பொருட்களில் முக்காலே மூணு வீசம் டெல்லி தயாரிப்பு.

ஜெய்ப்பூருக்கு விமானம் ஏற காத்திருக்க வேண்டிய தளத்தை கண்டுபிடிக்க சற்று சிரமப்பட்டோம். ஒரு பாதாள அறை. நான்கைந்து உள்ளூர் விமானங்களுக்கான பயணிகள் நூற்றுக்கும் மேற்பட்டவர்கள் அமர இடமின்றி நின்றபடி நெருக்கியடித்துக் கொண்டு காத்திருந்தார்கள். சூரசம்ஹாரத்தன்று திருச்செந்தூர் பஸ் ஸ்டாண்டில் காத்திருப்பது போன்ற உணர்வு. மூன்றே கழிப்பறைகள். முப்பதுக்கும் மேற்பட்ட காத்திருப்போர் பட்டியல். என்னடா இது சோதனையென அடக்கிக்கொண்டு ஜெய்ப்பூர் விமான நிலையத்தில் பார்த்துக்கொள்ளலாம் என்றால் அங்கும் இதே நிலைதான். மூன்றே கழிப்பறைகள். உள்ளே நுழைந்து ஜிப்பை கழட்டும் முன் கதவை ஓங்கியறைந்து இறைகிறார்கள். தேவநாகரி இனிய மொழிதான். ஆனால், கழிப்பறைக்குள் அதை கேட்பது அவ்வளவு நன்றாயில்லை. 'ஆஜ் தும்னே க்யா காயா?!'

ஜெய்ப்பூர் விமான நிலையத்திற்கு எதிரேயுள்ள உணவகத்தில் சுவையான தென்னிந்திய உணவு கிடைத்தது. 'Cow Belt'-குள் நுழைந்து விட்டதன் அடையாளமாக சீரகம் அரைத்துச் சேர்த்த மோர் வழங்கப்பட்டது. பயணம் முழுக்க ஒவ்வொரு வேளை உணவுடனும் மோர் கிடைத்தது. ராஜஸ்தான் குஜராத் மாநிலங்களின் ஜீவபானம்.

'ஏர்போர்ட்டில் மிக சுவையான இட்லிகள்; விலை வெறும் இரண்டு ரூபாய்தான்' என்று வாட்ஸப் குரூப்பில் போட்டேன். அடுத்த நொடி 'நாங்கள் டெல்லி விமான நிலையத்தில் நெய்தோசை சாப்பிட்டுக் கொண்டிருக்கிறோம்; விலை ஒரு ரூபாய்தான்' என சக்தி கிருஷ்ணனிடமிருந்து ரிப்ளை வந்தது. பயண ஊஞ்சல் வெடிச்சிரிப்புடன் ஆடத் துவங்கியது.

நில்லாது சென்ற நிலகை

ஏற்கனவே ஏற்பாடு செய்திருந்த இரு இன்னோவா வாகனங்களில் பயணப் பைகளை ஏற்றி கட்டிக்கொண்டோம். இதுபோன்ற பயணங்களுக்கு டிராலி பேக்குகள், ரோலிங் சூட்கேஸஸ்கள் ஆகாதவை. இடத்தை அடைக்கும். நெகிழ்வுத் தன்மை கொண்ட டஃப்பல் ரக பைகளுக்கு மட்டுமே அனுமதி. பயணப்பை விஷயத்தில் ஜெயமோகன் மாஸ்டர். ஒரு ஜீன்ஸ், ஒரு டிராக் பேண்ட், ரெண்டு டிசர்ட், ஒரு துவாய் – இரவில் அதுவே ஸ்லீப் மாஸ்க், ஒரு லேப்டாப். கிருஷ்ணனோ மாஸ்டர் ப்ளாஸ்டர். அணிந்திருக்கும் ஆடை தவிர, கூடுதலாக ஒரு டூத்பிரஷ் மட்டும். இதர அனைத்தையும் உடன் வரும் 'இளிச்சவாயர்களில்' எவரேனும் கொண்டு வருவர் எனும் அவரது நம்பிக்கை வீண் போனதில்லை.

முதல் நாள் பயணத் திட்டத்தில் ஓசியான் சென்று தங்குவது என முடிவெடுத்திருந்தோம். ஜெயமோகன் நண்பர்களுடன் சென்ற அருகர்களின் பாதை பயணத்தில் பார்க்க முடியாமல் விடுபட்ட ஆலயம். ஓசியானின் புகழ்மிக்க சண்டி கி மாதா ஆலயம், சமண ஆலயம் குறித்து அருகர்களின் பாதை நூலின் 26-வது அத்தியாயத்தில் விரிவாக எழுதியுள்ளார்.

ஜெய்ப்பூரை விட்டு கிளம்பிய சிறிது நேரத்திலேயே வறண்ட நிலம் வரவேற்றுக் கொண்டது. இருபக்கமும் வெளிர் பழுப்பு நிலத்தில் அங்கங்கே குத்துச் செடிகளும் கருவேலமும் கன்னிமுள் மரமும். பார்த்த மாத்திரத்திலேயே மனம் பாசத்துடன் தழுவிக் கொள்ளும் அளவிற்கு எங்கள் ஊரின் நிலத்தை வார்த்திருந்த தோற்றம். ராமநாதபுரம் தூத்துக்குடி மாவட்டத்தின் பல பகுதிகள் ராஜஸ்தானின் நிலப்பரப்பை ஒத்தவை என்பது எனக்கு ஆச்சர்யமளித்தது. கும்பம் கும்பமாய் மணல் படிந்த

டூன்கள் ராஜஸ்தானின் சில பகுதிகளில்தான். எஞ்சியவை நம் ராம்நாட் போன்ற நிலப்பகுதி. இந்த ஆச்சர்யத்தை நான் பயணம் முழுக்க சொல்லிக்கொண்டே இருந்தது நண்பர்கள் சிலருக்கு எரிச்சலை ஏற்படுத்தியது. நிலப்பரப்புகளைப் பற்றிய ஒப்புமை என்பது அனுபவத்தை குறைக்கக் கூடியது என்று கருதினார்கள். உண்மைதான். பயணங்களில் செய்யவே கூடாததை ஒப்புமைதான். காணும் ஒவ்வொன்றும் தன்னளவில் பிரத்யேகமானது எனும் ஓர்மையே நிலக்காட்சிகளை வாழ்நாள் கனவாக மாற்றக் கூடியவை.

குதிரையின் உடலும் மாட்டின் தலையும் கொண்ட நீல்கே மான்களைப் பற்றி ஈராண்டுகளுக்கு முற்பட்ட மையநிலப்பயணத்தின் போதே கிருஷ்ணன் சொல்லியிருந்தார். அந்தப் பயணத்தில் பார்க்க வாய்க்கவில்லை. வறண்ட வெப்ப மண்டல ஒளிக்காடுகளில் வாழும் இந்த மானுக்கு தமிழிலில் நீலான் என்றும் நீல மான் என்றும் பெயர். ஆசிய மான்களிலேயே அளவில் பெரியது நீல்கேதான். வளர்ச்சியுற்ற நீல்கே தோராயமாக 200 முதல் 270 கிலோ வரை எடையுள்ளவை. இந்தியாவின் பல மாநிலங்களிலும், பாகிஸ்தான், நேபாளத்திலும் காணக் கிடைக்கிறது. இந்தியாவிற்கு வெளியே டெக்ஸாஸ் மாநிலத்தில் இவ்வகை மான்கள் உண்டு. பண்டை காலத்தில் மேட்டுப்பாளையத்தில் கூட நீல்கே காணப்பட்டதாக குறிப்புகள் உள்ளன. வேட்டைதான் நீல்கேவின் எண்ணிக்கையை சுருக்கியது. ஜஹாங்கீர் 900 நீல்கே மான்களை வேட்டையாடியுள்ளதாக வரலாற்று குறிப்பு உள்ளது. அவரளவிற்கே

வேட்டை வெறிகொண்ட அம்மையார் நூர்ஜஹான் எவ்வளவு கொன்றார் என குறிப்பில்லை.

ஓசியானுக்குச் செல்லும் வழியில் ஒரு முள் மரத்தடிக்குப் பின்னால் ஆண் நீல்கே நிற்பதைக் கண்டு கிருஷ்ணன் கூவினார். காட்டில் துழாவியபடியே செல்லும் ஓநாயின் கண்கள் அவருக்கு. பல பயணங்களில் காளுயிரிகள் அவரது கண்ணுக்குத்தான் முதலில் தட்டுப்படும். பரவசத்துடன் காரை நிறுத்தி பைனாகுலருடன் ஓடினோம். மரநிழலில் படுத்திருந்த நீல்கே எழுந்து நின்றது. ஆண் நீல்கே சற்று பழுப்பு கலந்த வெளிர் நீல நிறமுடையது. சிறிய கொம்பும் கட்டுமஸ்தான குதிரையைப் போன்ற உடல் அமைப்பும் கொண்டது. பெண் நிலகைகள் பொன்னிறம் கலந்த பழுப்பும் சற்று ஓயிலும் உடையவை. கூச்ச சுபாவமுடைய உயிரி. ஆட்களின் காலடி ஓசை கேட்டதும் வேகமெடுத்து ஓடியது. குதிரையின் பாய்ச்சலோ, மானின் துள்ளலோ இல்லாத ஒருவகை உதறல் ஓட்டம். சட்டென்று வேகமெடுத்து சுமார் 20 அடி அகலமுள்ள வேலியைத் தாண்டி சாலைக்கு வந்து மீண்டும் ஒரு வேலியை அலேக்காகத் தாண்டி ஓடி மறைந்தது.

ஓசியானில் அறையெடுத்து தங்கிய பிறகு இரவு உணவிற்கு கடையை தேடிச் சென்றோம். நான் தனிப்பட்டு மேற்கொள்ளும் பயணங்களில் உணவிற்கு பிரதான இடம் உண்டு. ஒரு பண்பாட்டை அறிய அதன் கலை இலக்கியங்கள் வரலாற்றுக் குறிப்புகள் அளவிற்கே உணவுகளுக்கும் இடம் உண்டு (பெண்களுக்கும் உண்டு – நரேன்). செல்லும் மாவட்டங்களின் பிரத்யேக உணவுகள், அதற்குரிய புகழ்மிக்க உணவகங்களைப் பற்றி விரிவாக விசாரித்து குறிப்பெடுத்துக் கொள்வதுண்டு. ஒருவன் பழைய கொச்சிக்குச் சென்று விட்டு எம்.எஸ்.ஹரைசைனால் பாடல் பெற்ற கேயீஸ் பிரியாணியை சாப்பிடாவிட்டால் பயணம் முழுமையடையுமா? திருவனந்தபுரம் திரைப்பட விழாவிற்குச் செல்பவன் கெத்தேல் சாஹிப்பின் கோழிக்கால் பொழிச்சதை சாப்பிடாமல் திரும்புவதா? சிதம்பரம் நடராஜரை தரிசித்தவன் மூர்த்தி கபே இட்லி கொத்சுவை உண்ணாமல் முக்தி உண்டா? உணவிற்காக நேரத்தைச் செலவிடுவது இத்தகைய பெரும் திட்டம் கொண்ட பயணங்களின் ஆதார நோக்கத்தைப் பாதித்துவிடும் என்பதால் தேடித் தின்பதற்கு அனுமதியில்லை. ஆனாலும், பயணிகளின் நலனுக்காக சிறிய வழிமுறைகளைச் சொல்லித்தருகிறேன். பக்கத்தில் நல்ல ஹோட்டல் எது என்பதை திண்ணையில் உட்கார்ந்து சுருட்டு பிடித்துக்கொண்டிருக்கும் உள்ளூர்க்காரரிடம் ஒருபோதும் கேட்கக்

கூடாது. ஹோட்டலைப் பற்றி டிரைவர்களிடம் மட்டும்தான் கேட்க வேண்டும். நீங்கள் என்ன மாதிரி உணவை உண்ண விரும்புகிறீர்கள் என்பதை தெளிவாகச் சொல்லி கேட்க வேண்டும். விதம் விதமாக ருசித்து உண்பதில் டிரைவர்களுக்கு மிஞ்சியவர்கள் எவருமில்லை. அதற்கு வாய்ப்பில்லை எனில் கூகிள் ரேட்டிங்குகளை நம்பலாம். எதற்கு இத்தனை ஆலாபனை? ஓசியானில் நாங்கள் ஃபுட் ப்ளாசா எனும் ஹோட்டலை இரவு உணவுக்காகத் தேர்ந்தெடுத்தோம். வண்ண விளக்குகளால் அலங்கரிக்கப்பட்ட கடையின் வாசலில் கயிற்றுக்கட்டில்கள் போடப்பட்டிருந்தன. குன்றுகளில் மோதிய மழைக்காற்றின் குளிர் தென்றல் எங்கள் மேனிகளை வருடிற்று. கயிற்றுக்கட்டிலில் கிடந்த மெனு கார்டு நட்சத்திர ஹோட்டல்களின் மெனு கார்டுகளை விட உயர்தரத்தில் இருந்தது. விலையேறின லெதர் கவர் போடப்பட்டிருந்த அந்த மெனு கார்டு ஹோட்டலுக்குச் சற்றும் சம்பந்தம் இல்லாமல் இருந்தது. ஆவேசத்துடன் புரட்டிய சக்தி கிருஷ்ணன் பீட்ஸாவுக்கு ஆர்டர் செய்தார். ராஜ மாணிக்கமோ மலாய் குப்லா பிலாய் சிப்லா மாதிரியான ஏதோ ஒன்றுக்கு ஆர்டர் செய்தார். ரெண்டு நாளைக்கு ஒரு டவுண் பஸ் கடந்து செல்லும் கிராமத்தில் இதுமாதிரியெல்லாம் ஆர்டர் செய்து சாப்பிடுவது தவறு தோழர் என்றார் நரேன். சபை அதை ஏற்றுக்கொள்ளவில்லை. கீழடிக்கும் பழமையான தொல்பொருட்களை உணவுகளாக விளம்பினார்கள். பார்ப்பதற்கு அழகாக இல்லாத ஒன்று சாப்பிடவும் வெளங்காது என்பது சிந்தனையாளர் செல்வேந்திரனின் செல்ல தியரிக்களுள் ஒன்று. மசாலா பப்பட் ஊதா நிறத்தில் வந்ததைப் பார்த்ததுமே எனக்கு வயிறு நிரம்பிவிட்டது. ஒவ்வொரு உணவும் முற்றிலும் புதுமையான நோக்கில் சிந்திக்கப்பட்டு உருவாகியிருந்தது. சிரிப்பும் கூத்தும் களிப்புமாக கட்டிலில் எக்களித்தபடி இருந்தோம். இரண்டு விள்ளல் பீட்ஸா உள்ளே போனதும் சக்தி கிருஷ்ணனின் உற்சாகமெல்லாம் வடிந்து இறகுதிர்ந்த ஈழ கோழி போலாகி விட்டார். அடுத்த இரண்டு தினங்களுக்கு பீட்ஸா அவரை ஜென் நிலையில் வைத்திருந்தது. விடுதி திரும்புகையில் யாரோ தண்ணீர் மட்டும் பார்ப்பதற்கு தண்ணீர் போலவே இருந்தது என்றார்கள்.

சாஷியான சாமுண்டி

முடிந்த மட்டும் சீக்கிரமாக நாளைத் துவக்குவது என்பது பயணத்தை இனிமையாக்கும் முக்கியமான அம்சங்களுள் ஒன்று. அதிகாலையில் துலங்கி வரும் புதிய நிலக்காட்சிகளும், சூரியோதயமும், மானுட முகங்களும் தவிர்க்க விடக்கூடாதவை. காலையில் எழுந்து ஓசியான் சாஷி மாதா ஆலயத்திற்குச் சென்றோம். சிறிய குன்றின் மீது அமைந்த கோவில் சூர்ஜர பிரதிகார கட்டடக் கலையின் சிறப்பம்சமான வாயில் தோரணங்களால் அமைந்த படிக்கட்டுகளில் ஏறி மேலே சென்றோம்.

ஓசியான் ஒரு காலத்தில் மிகப்பெரிய வணிக நகராக இருந்துள்ளது. வட இந்தியாவின் பிரபல ஓஸ்வால் இனக்குழுவினரின் தலைமையகம் இந்நகரம். சாஷி மாதா ஆலயம் ஒன்பதாம் நூற்றாண்டில் பார்மர் அரசர் உபேந்திராவால் கட்டப்பட்டது. எருது பலியேற்கும் சாமுண்டியாக இருந்த மூல தெய்வத்தை ஒரு ஜைன துறவி சாத்வீகமான சாஷி மாதாவாக மாற்றினார் என்பதற்குரிய நாட்டாரியல் கதைகள் உள்ளன. வலு சேர்க்கும் விதமாக ஜைன கல்வெட்டுக்களும் கிடைத்துள்ளன. ரத்த பலி தவிர்த்து உண்மையின் தெய்வமாகிவிட்ட சாஷி மாதா ஆலயத்திற்குள் சிவப்பு நிற பூக்களுக்குக் கூட அனுமதியில்லை. ரவையில் இனிப்பு சேர்த்த லப்ஷியும், வாசனாதி திரவியங்களும்தான் சார்த்தப்படுகிறது. கருவறையை ஒட்டிய உள்பிரகாரத்திற்குள் தொங்கிய முலைகளுடன் ஆங்காரமாய் இருளில் அமர்ந்திருக்கும் சாமுண்டி சிலையை கண்டு நடுங்கி சிலிர்த்தேன்.

ஆலயத்தின் உட்கூரை சிற்ப நுணுக்கங்கள் பேளூர் ஹளேபீடு பேராலயங்களுக்கு இணையானவை. அளவில் மிகப்பெரியவை. ஆனால், வழிபாடுள்ள ஆலயங்களுக்கேயுரிய அலட்சியத்தால் யாகசாலைப் புகை மண்டி கரியடைந்து கிடக்கிறது. சிற்பங்களை

ரசிப்பவர்களுக்காகவே மேல் நோக்கி ஒளி பீய்ச்சும் வகையிலான போகஸ் லைட்டுகள் அமைக்கப்பட்டுள்ளன. ஆனால் பக்தர்கள் தந்திரமாக அதன் இணைப்பைத் துண்டித்து வைத்துள்ளனர். ஆலயங்களை கலைக்கூடங்களாகவும் மரபின் பெருமையாகவும் பார்ப்பவர்களுக்கும் பக்தர்களுக்கும் இடையிலான போரில் எப்போதும் பக்தர்களே வெல்கிறார்கள். ஓசியான் சாஷி மாதா வட இந்தியாவின் பெரும்பான்மை இடைநிலைச் சாதிகளுக்குரிய முக்கியமான தெய்வம் என்பதால் எப்போதுமே பரபரப்பான ஆலயம்.

நேர்த்தியாக வெட்டிச் செதுக்கிய தங்கக் கட்டிகளைக் கோர்த்து அடுக்கி உருவாக்கிய தேர் போன்ற கோபுரங்கள் காலை வெயிலின் தக தகப்பில் நொடிக்கொரு நிறம் காட்டிக் கொண்டிருந்தன. ஹொய்சாள ஆலய கோபுரங்களின் சுகநாசிப்பகுதியில் புலியுடன் போரிடும் சிற்பம் இருப்பதைப் போலவே இந்த ஆலயத்தின் கோபுரத்தில் புலியின் சிற்பம் இருந்தது. ஆலயப் பிரகாரம் அற்புதமான சிற்பங்கள் நிறைந்தது. மாமல்லபுரத்தின் சிற்பங்களுக்கு இணை வைக்கக் கூடிய பேரழகுடன் திகழ்ந்தன. நண்பர்கள் பேராவலுடன் சிற்பங்களைப் புகைப்படங்கள் எடுத்துக் கொண்டார்கள். இளமை பொங்கும் இந்திரன், புன்னகை முகத்துடன் வதம் செய்யும் மஹிஷா, நரசிம்மர், நடராஜ மூர்த்தம் என அனைத்தும் நோக்க நோக்க பெருகும் அழகுடன் திகழ்ந்தன.

ஓசியான் ஜைனர்களுக்கும் முக்கியமான நகரம். புகழ்மிக்க மகாவீர

ஜைன ஆலயம் ஒன்றும் இங்குள்ளது. ஒரு சிறிய மோட்டார் ரிக்ஷாவை அமர்த்திக்கொண்டு குறுகிய சந்துகளின் வழியே சென்று சமண ஆலயத்தை அடைந்தோம். சிவந்த கற்களைக் கொண்டு அரண்மனைகளைப் போலவே கட்டப்பட்ட பிரம்மாண்டமான வீடுகளைக் கொண்ட தெருக்களின் வழியே பயணம் செல்வது வரலாற்றுக்குள் செல்வதைப் போல இருந்தது. ஹொய்சாள ஆலயங்களை நினைவுறுத்தும் வகையில் நுண்சிற்பங்களால் நிறைந்த ஆலய வளாகம். எங்கும் பளிங்கின் குளிர்மை. சிற்பச் செறிவு மிக்க அழகிய நான்கு தூண்கள் கருவறை மண்டபத்திற்கு முன்புறம் இருந்தன. அவை எனக்கு சாஞ்சியை நினைவூட்டின.

ஓசியான் குப்தர்கள் காலம் முதல் முக்கியமான வணிக நகராக விளங்கியது. ஹூணர்களின் படையெடுப்பிற்கு பிறகு சமண ஆச்சார்யரின் வருகை இந்த இடத்தை முக்கியமான சமண தலமாக மாற்றி இன்று வரை சமணத்தின் முக்கிய தலமாக வைத்திருக்கிறது. ராஜஸ்தான், குஜராத் இரண்டுமே மழைப்பொழிவு குறைந்த பாலை நிலத்தில் இருப்பதும், பட்டுச் சாலையை இணைப்பதாலும், வணிகம் தவிர வேறு சாத்தியங்கள் குறைவு என்பதாலும் சமணத்தின் தாக்கம் அதிகம். அத்துடன் சூரிய வழிபாட்டு முறைக்கும் முக்கியமான இடமாக ஓசியான் திகழ்ந்திருக்கிறது. கர்ணிக்கள் வழிபடும் கர்ணி மாதா ஆலயம், மார்வாரிகளின் பழங்குடி இறை வழிபாட்டு வடிவம், சௌர வழியினரின் ஆலயம், நாகர்களின் பழைய வழிபாட்டிடங்கள்,

இவற்றை ஒருங்கே கொண்டிருக்கும் ஓசியான் ஒரு முக்கிய மத மையமாகவும் இருந்திருக்கிறது.

பிரதிஹாரர்கள், ராஷ்ட்ர கூடர்கள் இருவரின் வரலாற்றோடும் பின்னிப் பிணைந்தது ஓசியான். பிரதிஹார அரச வம்சத்தவர்கள் நாகபத1, 2 காலத்தில் பெரிய ஷத்திரிய சாம்ராஜ்யத்தின் பேரரசர்களாகத் தங்களை நிலை நிறுத்த முதலில் பிரம்ம குப்தரை தலைவராகக் கொண்ட சூரிய நாள்காட்டிக்கான மாநாட்டையும், பின்னர் வராஹ மிஹிரர் தலைமையிலான வானியல் மாநாட்டையும் ஓசியானுக்கு அருகில் தான் கூட்டுகிறார்கள். இது ஒரு பாலை வனச்சோலை, அன்னமும் நீரும் வழங்குவது பெரும் புண்ணியமாகக் கருதி இன்றும் வழங்கப்பட்டு வருகிறது. நாகர்கள், சௌரர்கள், சாக்தர்கள், கர்ணிக்கள் அனைவருமே பின்னர் சமண சமயத்தால் உள்வாங்கப்பட்டார்கள். அதனாலேயே இங்கே மிக அதிகமான பார்ஸ்வநாதர் ஆலயங்கள் இருக்கின்றன.

ஓசியானிலிருந்து கிளம்பி கிச்சான் கிராமத்திற்கு வலசை வரும் யூரேஷிய பறவை demoiselle crane எனும் மங்கோலிய நாரைகளைப் பார்வையிடுவது அடுத்த திட்டமாக இருந்தது. இருபக்கமும் வறண்ட பாலையைப் பார்த்துக்கொண்டே சென்று கொண்டிருந்தோம். அதிகபட்சம் இருபது வீடுகளைக் கொண்ட கிராமங்கள் அவ்வப்போது எதிர்வந்தன. எங்கு நோக்கிலும் மானுட நடமாட்டமற்ற நெடும்பரப்பு. ஊர்பாழ்த் தன்ன ஓமையம் பெருங்காடு.

பண்பின் அடிப்படையில் பிரிக்கப்பட்ட தமிழ் நிலத்திணைகளில் பாலை கொற்றவையை தெய்வமாகவும் மறவர்களை மக்களாகவும் கொண்டது. உடன் போக்கு, தலைவியை ஆற்றுவித்தல், அறம் பாராட்டல், கொள்ளையடித்தல் போன்றவை பாலையின் அக புற ஒழுக்கங்கள். அகநானூற்றின் சரிபாதி பாடல்கள் பாலைத்திணையில் அமைந்தவை. ஐங்குறுநூறில் ஒரு நூறு பாலைப்பாடல்களை ஓதலாந்தையார் 'ஒத்தையில்' பாடியிருக்கிறார். பாலை பாடிய பெருங்கடுக்கோ கலித்தொகையில், நற்றிணையில், குறுந்தொகையில், அகநானூற்றில் என மம்மானியமாகப் பாடி அடைமொழி பெற்றவர். நவீன எழுத்தாளர்களுள் பாலைவன வாழ்க்கையை யாரும் எழுதியிருக்கிறார்களா என்று தெரியவில்லை. இந்திய நாவல்களில் 'சோரட் உனது பெருகும் வெள்ளம்' முக்கியமானது. சங்க இலக்கியங்கள் ஆறலைக் கள்வர்களின் கொள்ளை மகாத்மியங்களை சித்திரிப்பதைப் போல பவாரியா கொள்ளையர்களின் வாழ்வியலைச் சித்திரிக்கிறது இந்நாவல்.

ஒரு சிறிய லெவல் கிராஸிங்கை கடக்கும்போது கிருஷ்ணன் 'மான் மான்' என்று அலறினார். காரை நிறுத்திக்கொண்டு இறங்கினோம். பொன்னிறமான சிங்காரா மான்களின் கூட்டம். இந்தியச் சிறுமான் என இன்னொரு பெயர் கொண்ட இவை ராஜஸ்தானின் மாநில விலங்கு எனும் பெருமைக்குரியவை. எடுத்துக் கொஞ்சலாம் போலிருக்கும் குழந்தைத்தனம் கொண்ட மானினம். சிங்காரா மானிற்குத் தண்ணீர் அதிகம் தேவையில்லை. உண்ணும்

இலைகளின் ஈரமே போதுமானது. எனவே பாலைவனப்பகுதிகளில் தாக்குப்பிடித்து வாழக்கூடியது. சராசரியாக 25 கிலோ வரை எடையிருக்கும். மிக கூச்ச சுபாவி.

சிங்காரா மான்களைப் பற்றி எழுதும்போதே என் நினைவுக்கு சல்மான்கானும் பிஷ்னோய் இன மக்களும் நினைவுக்கு வருகிறார்கள். சல்மானின் ஜோத்பூர் மான் வேட்டை உலகறிந்தது. இயற்கை வளங்களைப் போற்றிப் பாதுகாக்கும் பிஷ்னோய் இனக்குழூப் பெண்கள் தாயை இழந்த சிங்காரா மான் குட்டிகளுக்கு முலைப்பால் ஊட்டும் வழக்கம் உடையவர்கள். ஜம்போஜி எனும் ஞானியின் 29 கட்டளைகளை ஏற்று வாழ்ந்து வரும் இவர்களுள் பெரும்பாலானவர்கள் தார் பாலைவனப்பகுதிகளில் இயற்கையோடு இயைந்த வாழ்க்கை முறையை கொண்டவர்கள். அவர்களது விடாப்பிடியான போராட்டம்தான் சல்மான்கானுக்குத் தண்டனை வாங்கிக் கொடுத்தது. வெளியாட்களின் நடமாட்டத்தை உணர்ந்ததும் சிங்காரா மான்கள் முட்செடிகளுக்குள் ஓடி மறைந்தன.

வெயில் உச்சிக்கு ஏறிய பொழுதில் கிச்சான் வந்து சேர்ந்தோம். கரிய கழுத்தும் சாம்பல் நிறமும் கொண்ட சில மங்கோலியா நாரைகள் 1970-ல் கிச்சான் கிராமத்திற்கு வரத் துவங்கின. உள்ளூர் மொழியில் 'கூர்ஜா' என இப்பறவைகளை அழைக்கிறார்கள். பறவைகளுக்குத் தானியங்கள் இடுவதை ஒரு சேவையாக செய்து வந்த ஜைனரின் முயற்சியால் மங்கோலிய நாரைகள் வலசை

வரும் எண்ணிக்கை இரட்டிப்பானது. படிப்படியாக வலசை வரும் பறவைகளின் எண்ணிக்கை பெருகும் போது சில சிக்கல்கள் முகிழ்த்தன. தெருநாய்கள் பறவைகளை வேட்டையாடின. தானியங்கள் போதவில்லை. சமணர்கள் வாழ்வாங்கு வாழும் பகுதியல்லவா? சில பெருந்தனக்காரர்கள் ஒன்றிணைந்து பெரிய நிலப்பரப்பை விலைக்கு வாங்கி அங்கே புள்ளினங்கள் நிரந்தரமாக உணவருந்தத் தேவையான அனைத்து வசதிகளையும் செய்து விட்டனர். தினமும் பல்லாயிரக்கணக்கான கிலோ தானியங்கள், பறவைகள் நீரருந்த நீர் நிலை, பார்வையாளர்களுக்கான காட்சி மேடை என அனைத்தும் உருவாக்கப்பட்டன. உள்ளூர் மக்களின் கூட்டு முயற்சியால் தற்போது வருடத்திற்குப் பதினைந்தாயிரம் பறவைகள் கிச்சானுக்கு வருகை தருகிறது. உலக வரைபடத்தில் கிச்சான் எனும் மீச்சிறிய கிராமம் தன் காருண்யத்தால் இடம் பிடித்துக்கொண்டது. அழகிய சிவந்த கண்களும் தலைக்குப் பின்னே சிறிய ஆட்டுத்தாடியும் கொண்ட மங்கோலிய நாரைகள் ஏதோ ஒருவகையில் நமக்கு செங்கிஸ்கானை நினைவுபடுத்திக்கொண்டே இருக்கும். இறக்கைகளை விரித்து இவை குதித்தாடும் நடனத்தை இரட்டைத் தொலைநோக்காடியில் ரசிப்பது பெரும் பரவசம்.

கிச்சானில் காரை விட்டு இறங்கியதும் ஃப்ளோரைடு கறை படிந்த பற்களும் பரட்டைத் தலையும் கொண்ட கிராமத்துச் சிறுவர்கள் எங்களைச் சூழ்ந்துகொண்டார்கள். பறவைகள் பற்றி அவர்களுக்குத் தெரிந்தவற்றையெல்லாம் உடைந்த மொழியில் சொல்ல முற்பட்டார்கள். ஜெயமோகனை சிறுவர்களுக்கு எப்போதுமே பிடித்து விடும். அவரைச் சூழ்ந்துகொண்டு அரட்டையடித்தார்கள். தென்னிந்தியாவில் அவர்களுக்குத் தெரிந்த ஒரே விசயம் ரஜினி என்பது ஆச்சர்யமாக இருந்தது. ஒரு சிறுவன் அருகில் இருந்த இன்னொரு குளத்திற்கு கூட்டிச் சென்று பறவைகளைக் காண்பித்தான்.

குளத்தையொட்டிய சிமென்ட் சாலையில் சிறுவர்கள் கிரிக்கெட் ஆடிக்கொண்டிருந்தார்கள். நான் ஆர்வத்துடன் சென்று பந்து வீசினேன். ரப்பர் கார்க். மிக நன்றாகச் சுழலும். ஓங்கியடித்தால் பாயும். படாத இடத்தில் பட்டு விட்டால் உயிர் போய்விடும். எனக்குப் பந்து வீசிய பொடியன் இடது கை கிச்சான் எக்ஸ்பிரஸ். பாகிஸ்தானில் பிறக்க வேண்டியவன். வெறித்தனமான வேகத்தில் யார்க்கராக வீசினான்.

கிராமத்துச் சிறுவர்களுடன் வேடிக்கையாகப் பேசி இனிப்புகள் விநியோகித்துக் கொண்டிருந்தபோது புழுதிக்காற்று வீசியது.

சட்டென்று வெயில் குறைந்து பாலை மணல் சுழன்று சுழன்று வந்து முகத்தில் மோதியது. கைக்குக் கிடைத்த துணிகளை எடுத்து நானும் காங்கோ மகேஷும் முகத்தில் சுற்றிக்கொண்டோம். காற்று ஓயும் வரை 'லாரன்ஸ் ஆஃப் கிச்சான்' தோற்றத்தில் இருந்தோம்.

தங்க உப்பளம்

இரண்டாம் நாள் இரவு ஜெய்சால்மருக்கு அருகேயுள்ள சாம் மணற்குன்றுகளுக்கு அருகே தங்குவது பயணத்திட்டம். கிச்சானிலிருந்து வழி விசாரித்து விசாரித்து பொக்ரான் வழியாக சாம் வந்து சேர்வதற்குள் சூரியன் மணற்குன்றுகளுக்குள் மறைந்து விட்டான். ஜெய்சால்மரின் அரண்மனைகளுக்கு அடுத்தபடியாக மிகப்பெரிய சுற்றுலா கவர்ச்சி சாம் டூன்ஸ். ஓரிரவுக்கு பல பத்தா யிரம் வாங்கும் நூற்றுக்கணக்கான ரிசார்ட்டுகள் இங்குள்ளன. பாலைவனத்தில் ஒட்டகச் சவாரி, பைக் டிரைவிங், தார்ச்சாலையில் தலைதெறிக்கும் வேகத்தில் ஜீப் பயணம் போன்றவை பிரசித்தி பெற்றவை.

அந்தி மாலையில் சாம் மணற்குன்றுகள் தங்க உப்பளம் போல காட்சியளித்தன. வரி வரியாக ஓடிய மணற்தடங்களைக் காற்று நொடிக்கொரு தடம் மாற்றி அமைத்தது. கண்களின் திராணிக்கு எட்டிய வெளியெங்கும் மணல் மணல் மணல். ஒன்றொடு ஒன்று ஒட்டாத பிரி பிரியான துகள். தலைக்கு மேலே ஒரு துளி மேகம் எஞ்சாத வெளிர்நீல வானம். அதில் மெள்ள முகம் காட்டும் மூன்றாம் பிறை நிலவு. முற்றிலும் அந்நியமான நிலக்காட்சியை கண்ட என் மனம் தன்னியல்பாக எங்கள் தேரிக்காடுகளை நினைத்துக்கொண்டது. மறுகணம் உற்சாகம் உடலில் தொற்றியேறி எல்லோரும் அலறிக்கொண்டே மணற்குன்றுகளை நோக்கி ஓடினோம். ஜெயமோகன் ஒவ்வொருவராகப் பிடித்து மணல் பள்ளத்தாக்கில் தள்ளினார். உயரமான மணற்குன்றிலிருந்து ஓடி எதிரிலிருக்கும் மணற்குன்றின் உச்சியை அடையும் ஓட்டப்பந்தயங்களை வைத்தார். நான் என் பலராமபுரம் வேட்டியை மடித்து கட்டிக்கொண்டு உற்சாகமாக ஓடினேன். சரிவில் இறங்கும் போது வேகம் இழுக்கக் கூடாது. தடுமாறி விழுந்து மணலை வாயில் வாங்கி மூச்சு வாங்க தவழ்ந்து குன்றுகளில் ஏறினோம். மனமும்

உடலும் ஒருசேர இளமைக்குள் திரும்பியதைப் போன்றதொரு உற்சாகத் துடிப்பு.

நானும் காங்கோவும் ஒட்டகச் சவாரிக்குத் தயார் ஆனோம். எங்களை அழைத்துச் சென்ற ஒட்டகத்தின் பெயர் மைக்கேல் ஜாக்சன். ஒட்டகத்தின் உரிமையாளர் துல்லியமான ஆங்கிலத்தில் நகைச்சுவையாகப் பேசியபடி அரையாடைப் பெண்கள் அதிகமும் இருந்த பகுதிகளை நோக்கி அழைத்துச் சென்றார். பெண்ணைப் பார்த்தால் மண்ணைப் பார்க்கும் பழக்கம் உள்ள காங்கோ, மண்ணைப் பார்த்துச் சலித்ததால் பெண்ணைப் பார்த்து சிரிக்கலாமே என்றார்.

இருள் கவிய கவிய நிலவு நெருங்கி வந்தது. நட்சத்திரங்கள் துலக்கமாகத் தெரிந்தன. சட்டென்று பாலைப்பரப்பு அமைதியானது. சிரிப்புகள் சுருங்கி அனைவரும் அவரவருக்குள் மூழ்கத் துவங்கினோம். ஒரு மணற்குன்றின் உச்சியில் அமர்ந்தோம். ஒருவன் பத்து வயதிருக்கும் சிறுமியோடு வந்து மோர்சிங் வாசிக்கிறேன் என்றான். வேண்டாம் என்றோம். வாசிக்கிறேன் உங்களுக்குப் பிடித்திருந்தால் விரும்பிய பணம் கொடுங்கள் என்றான். அனுமதிக்கும் முன்னரே வாசிக்கத் துவங்கினான். நான் எதிர்பார்த்திருக்கவே இல்லை. ராஜஸ்தானின் பாரம்பரிய உடை அணிந்த பத்துவயதுச் சிறுமி சட்டென்று மோர்ஷிங் இசைக்கேற்ப சுழன்று நடனமாடத் துவங்கினாள். எனக்குப் பதறி விட்டது. இளவெயினியின் உடலும் முகமும் கொண்ட சிறுமி. இரண்டே நிமிடங்கள்தான். எங்கள் யாருடைய முகத்தையும் பார்க்காது எங்கோ வெறித்த பார்வையுடன் தலையை ஒரு பக்கமாகத் திருப்பிக் கொண்டு ராஜஸ்தானின் பாரம்பரிய நடனத்தை ஆடினாள். நண்பர்கள் பதட்டத்துடன் பணம் கொடுத்து அனுப்பினார்கள்.

நான் என் பைக்குள் கைவிட்டு சிக்கிய பணத்தை கொடுத்தேன். அவள் முகம் எங்கோ ஒரு பக்கம் திரும்பியபடியே இருந்தது. வார இறுதியில் இவள் பாலையில் ஆடுகிறாள் என ஏகடியம் பேசும் பள்ளித்தோழர்கள் எவரேனும் அருகில் இருக்கிறார்களா என சுற்றும் முற்றும் பார்ப்பது போலவே அவள் பார்வை எனக்குப் பட்டது.

கெண்டைக்கால் புதையும் மணலில் அலைந்த களைப்பில் தண்ணீரை உடைத்து வாயில் ஊற்றிக்கொண்டோம். அடிவயிறு புடைக்க வெளித்தொண்டை நனைய தண்ணீரை நிரப்பிக்கொண்டு மணல் வெளியில் சரிந்து வான் நோக்கினேன். ஒவ்வொருவரும் ஏதேதோ பேசினார்கள். அனைத்தும் அனிச்சை. ஒவ்வொருவர் மனமும் கடந்தகாலத்தின் ஏதோ ஒரு தெருமுனையில் இறக்கி வைத்த துக்கமூட்டையை வேடிக்கை பார்த்துக்கொண்டிருந்ததை உணரமுடிகிறது. கடந்து சென்ற காதல்கள், நிறைவேறாத ஏக்கங்கள், எதிர்பாராத துரோகங்கள், சிதைந்து போன உறவுகள், இழந்து போன இளமை எண்ணியெண்ணி ஏங்கத்தான் எத்தனையை கொடுத்திருக்கிறது வாழ்க்கை? நான் என் கடந்த காலத்தின் உக்கிரமான தருணங்களுக்குள் சென்று துயரத்தை மென்று கொண்டிருந்தேன். ஜெயமோகன் சில புகழ்மிக்க காதல் சோகப்பாடல்களைப் பற்றி பேசிக்கொண்டிருந்தார். இந்தத் தருணமும் நிலக்காட்சியும் இந்நேரத்தைய சிந்தனைகளும் வாழ்நாள் முழுக்க உடன் வரப்போகிறவை என உறுதியாகத்

தெரிந்தது. தலையை உதறி உதறி நினைவுகளைக் கட்டுப்படுத்த முயன்றேன். சிறிய பிழைகளின் வழியாக பெரும்பிழைகளை வந்தடைந்து சுற்றியுள்ளோருக்கெல்லாம் ஏமாற்றத்தையே அளித்த கடந்த காலத்தின் நினைவலைகள். இருளுக்குள் தலைகுனிந்து கண்களின் ஈரத்தை மறைத்துக்கொண்டேன். விதம் விதமான பெரிய கரிய வண்டுகள் மணல் வளைவுகளின் வழியே ஊர்ந்து கொண்டிருந்தன. பகலில் இவை எங்கிருந்தன. எங்கு செல்கின்றன. எதைத் தேடுகின்றன. பார்க்கும் யாவும் குறியீடுகளாகிக் கொண்டிருந்தன. அபாயம். எண்ணங்களை எண்டர் தட்டி எவளுக்காவது அனுப்பி வைத்துவிடுவாய். ஜாக்கிரதை மேன். போனை எடுத்து ஜெ எடுத்த சில்அவுட் படங்களை விரலால் நகட்டி நகட்டி பார்த்தேன். நான் ஓடிக்கொண்டிருந்த போது எடுத்த படம் ஒன்று கவனம் ஈர்த்தது.

> *"பார்த்த இடமெங்கும்*
> *கண்குளிரும்*
> *பொன் மணல்*
> *என் பாதம் பதித்து*
> *நடக்கும்*
> *இடத்தில் மட்டும்*
> *நிழல் தேடி*
> *என்னோடு அலைந்து*
> *எரிகிறது*
> *ஒரு பிடி நிலம்"*

பிரமிளின் வரிகள் துலக்கமாக நினைவில் எழுந்தன.

நண்பர் ஏற்பாடு செய்திருந்த ரிசார்ட்டுக்கு வந்து சேர்ந்தோம். கலை நிகழ்ச்சிகள் நடந்து கொண்டிருந்தன. ஒரு டோலக், ஒரு ஹார்மோனியம், ஒரு பைம்பர் டிரம். ஒருவர் நாட்டுப்புறப் பாடல்களைப் பாட இரண்டு அழகிய பெண்களின் பாரம்பரிய நடனம். மனதில் உற்சாகம் தொற்றிக்கொண்டது. நல்ல மெட்டுக்கள். மோசமில்லாத குரல். மேல் நடுத்தர வர்க்க பயணிகளால் நிறைந்திருந்தது ரிசார்ட். ஈரப்பசை கொண்ட குடும்பங்களில் அழகற்றவர்கள் என எவரும் இல்லை. திரும்பிய திசையெல்லாம் வகை தொகையில்லாத அழகிகள். வயிறு தள்ளிய ஆண்கள். திவான் திண்டுகளில் சாய்ந்து கொண்டு கையில் ஏந்திய பழச்சாற்றுடன் அழகிகளின் ஆட்டத்தை ரசித்துக்கொண்டு அவ்வப்போது ரூபாய் நோட்டுக்களை ஆடல் பெண்டிருக்கு அளித்துக்கொண்டு, ஓரிரவு மகாராஜா வாழ்க்கை. உசிரைக் கொடுத்து பாடுபவனுக்கு ஐந்து ரூபாய் கூட கொடுக்கப்படவில்லை. நிலவொளியில் உடலை வளைத்துக் குழைத்து ஆடும் அழகிகளின் ஆட்டம் என்பது ஒரு பெரும் வலை. மயக்கி வழுக்கி இழுத்துச் செல்லும் ஆற்றல் மிக்க நளினம். பத்து நிமிடத்திற்குப் பின் தலை உதறி தன்னிலைக்குத் திரும்பிக்கொண்டேன். இத்தகு கலை நிகழ்ச்சிகள் சாம் மணற்குன்றின் அனைத்து ரிசார்ட்டுகளிலும் அன்றாடம் நடைபெறுகின்றன. இங்கே தங்குவது என்பது உணவு, சபாரி, கோட்டைச் சுற்றுலா, பாலைவன காண் உலா, இரவு கலை நிகழ்ச்சி அனைத்தும் உள்ளடங்கிய பாக்கேஜ்தான்.

எல்லா கலை நிகழ்ச்சிகளிலிலும் தவறாது இடம் பெறுவது 'டமாடம் மஸ்துகலந்தர்' நூற்றான் சகோதரிகள் பாடி புகழ்பரப்பிய பாடல். சூஃபி இசை ரசிகரான ராகுக்குட்டிக்குப் பிரியமான பாடல். மேலும் மேலும் உச்சத்தை நோக்கி நகரும் மேல்ஸ்தாயி பாடலின் மோசமான வடிவங்களைப் பயணம் முழுக்க அங்கங்கே கேட்க முடிந்தது.

இரவில் கூடார அறைகளில் தங்கினோம். அற்புதமான வசதிகள் கொண்ட கூடாரம். நள்ளிரவுக்கு மேல் இடி மின்னலுடன் கூடிய கனமழை. கூடாரத்திற்குள் தண்ணீர் புகுந்து விட்டது. நான் வெளியே வந்து வானத்தைப் பார்த்தேன். மிகப்பிரம்மாண்டமான மின்னல் நடனம். நொடிக்கு நொடி வெடியோசையுடன் விண்ணில் ஒளிப்பாய்ச்சும் மின்னல்கள். துல்லியமான அகண்ட பாலையில் நின்று மின்னலைப் பார்ப்பது ஒரு பெரும் அனுபவமாய் இருந்தது. இன்னொரு அறையிலிருந்த கிருஷ்ணனை போனில் அழைத்து மின்னலைப் பார்க்கச் சொன்னேன். விடியும் வரை மின்னல் தரிசனம். ஒளியின் சிலந்திவலை. சமீப ஆண்டுகளில் அப்படியொரு மழையை பாலைவனம் பார்த்ததில்லை என காலையில் சொன்னார்கள்.

இருதலை மணியன்

மூன்றாள் நாள். அதிகாலையிலேயே அருகிலிருக்கும் பாலைவன தேசியப் பூங்காவில் கிரேட் இந்தியன் பஸ்டார்ட் எனும் கானம யில்களைக் காணவேண்டுமென்பது எங்களின் விருப்பமாக இருந்தது. இரவிரவாகப் பெய்த மழையில் எங்கள் கார் ஒன்றின் கதவு திறக்காமல் போய்விட்டது. ஏற்பாடு செய்திருந்த வாடகை ஜீப்பும் ஈரமணலில் சக்கரம் சிக்கிக்கொள்ளும் என வர மறுத்தனர். விடிய விடிய பெய்த மழையில் நிலமெல்லாம் ஊறிக்கிடந்தது. பாலைவனத்தைப் பிரிக்கும் கனத்த தார்சாலை கருத்த மலைப்பாம்பைப் போல் நீண்டிருந்தது. சிலர் ஜீப்புகளை தலைதெறிக்கும் வேகத்தில் கத்தியபடியே ஓட்டிச் சென்றனர். வாகனம் கடந்த பின்னும் அவர்களது கூச்சல் டீசல் நாற்றத்துடன் சில நொடிகள் ஈரக்காற்றில் பரவி மறைந்தது. மெல்லிய தூறல் துவங்கியது. ஜெயமோகன் நண்பர்கள் சிலரை அழைத்துக்கொண்டு புதர்கள் மண்டிய மணற்காட்டிற்குள் காலை நடையைத் துவக்கினார்.

காலை உணவை முடிப்பதற்குள் டிரைவர்கள் கார் பிரச்சனையை சரி செய்திருந்தார்கள். கானமயில் சரணாலயத்திற்கு விரைந்தோம். அனேகமாக இச்சரணாலயத்தின் அனைத்து கானுயிர்களுமே அழிவின் விளிம்பில் உள்ளவை. முன் அனுமதி இன்றி எவரும் நுழைய முடியாது. ஜெயமோகனின் நண்பரும் மொழிபெயர்ப்பாளருமான செங்கதிர் எங்களுக்கான அனுமதியைப் பெற்றுத் தந்திருந்தார். சூழியல் ஆர்வலரான என்னுடைய அலுவலக நண்பர் விஜய் சுகுமார் கானமயிலைப் பார்ப்பதென்பது சாதாரணமானதில்லை என பயணத்திட்டமிடுதலின் போதே சொல்லியிருந்தார்.

கானமயில் இந்தியாவின் தேசியப்பறவையாக அறிவிக்கப்பட்டிருக்க வேண்டிய பறவை. பஸ்டார்ட் எனும் ஆங்கிலச் சொல்லை

தவறாக உச்சரித்தால் கேவலமாகப் போய்விடுமே என்று மயிலை தேசியப்பறவையாக அறிவித்தார்கள் என்று வாசித்திருக்கிறேன். கடுமையான பரிசோதனை முன்னேற்பாடுகளுக்குப் பிறகு ஒரு காட்டிலாகா அதிகாரியும் எங்களுடன் வர பயணம் துவங்கியது. இரண்டு பக்கமும் விதம் விதமான பொட்டல். மண்ணில் இத்தனை நிறங்களா என ஆச்சர்யமூட்டும் அளவிற்கு நிலப்பரப்பில் நிறவேறுபாடுகள். இடைக்கிடை சிறிய விவசாய நிலங்கள் குறுக்கிட்டன. அனேகமாக ஒரு குடும்பத்தின் அனைத்து உறுப்பினர்களும் வயலில் பாடுபடும் விவசாய முறைகள். சொற்பச் சம்பளத்தில் கூட விவசாய கூலிகளை அமர்த்திக்கொள்ள கட்டுப்படியாகாத பண்ணையம். தர்பூசணி அளவிற்கே விளையும் ஒருவகை வெள்ளரிக் கொடிகள் அங்கங்கே படர்ந்து விளைந்திருந்தன.

எப்போதோ வாசித்த சங்கப்பாடலில் பாலை நிலத்து எயினர்கள் புல்லரிசி திரட்டும் சித்திரம் நினைவுக்கு வந்தது. உணவின்றி வாடும் காலத்தில் பாலையின் 'கொலைவேல் மறவர்கள்' வழிப்பறிகளில் ஈடுபடுகையில், மென் இயல்பினரான எயினர்கள் எறும்பு கரையான் போன்ற சிற்றுயிர்கள் மழைக்காலத்திற்காக தங்கள் புற்றுகளில் சேகரித்து வைத்திருக்கும் புல்லரிசிகளைத் தோண்டியெடுத்து சமைத்து உண்பர். கோதுமையைப் போலவே தோற்றமளிக்கும் சிறு தானியம் இது. எலிகள் போன்ற சிற்றுயிர்கள் இப்பாலையிலும் உண்டு. இது போன்ற வழக்கம் உண்டா எனத் தெரியவில்லை.

தேசிய பாலைவனப்பூங்கா இந்தியாவின் மிகப்பெரிய சரணாலயங்களுள் ஒன்று. ஏறக்குறைய 3500 சதுரகிலோமீட்டர்கள் பரப்பளவு கொண்டவை. ஆனால் நிலப்பரப்பின் அமைப்பினால் பல கிலோ மீட்டர்களை கண்களால் கடக்க முடியும் வெறுமை கொண்டவை. செல்லும் வழியில் சிங்காரா மான்களைப் பார்த்தோம். வேறு காடுயிரிகளைப் பார்க்க வாய்க்கவில்லை. என்னதான் அந்நியர் பிரவேசிக்க முடியாதபடி இச்சரணாலாயம் வேலியிட்டுப் பாதுகாக்கப்பட்டாலும் இங்குள்ள பூர்வகுடிகள் விவசாய நிலத்தையும் கால்நடை மந்தைகளையும் பெருக்கிக்கொண்டே சென்று அனேகமாக இங்குள்ள காடுயிர்களை இல்லாமலாக்கி விட்டார்கள் என்று தோன்றியது. பெரும்பாலான பாலைப்பறவைகள் தரையில் முட்டையிடுபவை. சரணாலயம் முழுக்க நூற்றுக்கணக்கான மந்தைகள் உள்ளன. இவ்வளவு கால்நடைகள் நடமாடும் பூமியில் எதுவும் மிஞ்ச வாய்ப்பில்லை.

காரை விட்டு இறங்கி சிறிது தூரம் நடந்து சென்றோம். ஒரு பொந்துக்குள் பாதி உடலை நுழைத்தபடி திமிறிக்கொண்டிருந்த மண்ணுள்ளிப்பாம்பு ஒன்றினைக் கண்டோம். அனேகமாக பொந்திற்குள் பாலைவனப் பல்லியை அது (Indian spiny tailed lizard) கவ்விக்கொண்டிருக்கலாம் என்று யூகித்தோம். மண்ணுக்குள்ளே வாழ்ந்து இரை தேடிக்கொள்வதாலும், மண்புழு இனத்தைச் சேர்ந்ததாலும் மண்ணுளி எனும் உள்ளூர்ப்பெயர் உருவாகிற்று. 'இருதலை மணியன்' எனும் மிக அழகிய பெயரும் உண்டு.

நாங்கள் பார்த்த பாம்பு பொந்துக்கு வெளியே ஒன்றரையடி நீளம் கொண்டிருந்தது. மினுங்கும் செம்பழுப்புத் தோலின் மேற்பரப்பு அலங்காரமாய் செதுக்கிய இடுப்புப்பட்டை போல அழகாக இருந்தது. மண்ணுள்ளி எய்ட்சுக்கு மருந்து, அதன் வெள்ளையணுக்கள் புற்றுநோயை குணப்படுத்துகிறது, ஆண்மையை அதிகரிக்கிறது, சாகாவரம் அளிப்பது, வாஸ்து பணம் கொட்டும் போன்ற மூட நம்பிக்கைகளால் தொடர்ந்து வேட்டையாடப்பட்டும் கடத்தப்பட்டும் வருகிறது.

மண்ணுள்ளிகளைப் பற்றி பேசும்போது நாம் நினைவு கொள்ள வேண்டிய மகத்தான ஆளுமை கிறிஸ்டோப் சாமுவேல் ஜான். சுவிசேஷப் பணிகளுக்காக இந்தியாவிற்கு வந்து 42 ஆண்டுகள் தரங்கம்பாடியிலேயே வாழ்ந்து மறைந்த ஜெர்மன் பாதிரி. 'புராட்டஸ்டெண்ட் மிஷினரிகளின் தொட்டில்' என்றழைக்கப்படும் தரங்கம்பாடிக்கு தமிழின் வரலாற்றில் தனித்த இடம் உண்டு. சீகன் பால்க் பாதிரி பல்வேறு எதிர்ப்புகளுக்கும் போராட்டங்களுக்கும் இடையே இந்திய மொழிகளில் முதன் முறையாக பைபிளை தமிழில் மொழிபெயர்த்து இங்குதான் அச்சிட்டார். அவரைப் போலவே ஜெர்மனியில் பிறந்து டேனிஷ் மிஷினரிக்காகத் தரங்கம்பாடிக்கு வந்து சேர்ந்தவர் ஜான்.

கல்விப்பணி, இறைப்பணி மட்டுமல்லாது இனப்பண்பாட்டியல், மொழியியல், விலங்கியல், வரலாற்றுத்துறைகளில் ஆய்வுகளை முடுக்கினார். தென்னிந்தியா முழுக்கப் பயணித்து திரட்டிய அறிவை உடனுக்குடன் சமகாலத்தைய ஆய்வாளர்களான ஜார்ஜ் ஃபாஸ்டர், மார்கஸ் ஃப்ளோஜ், வில்லியம் ரோஸ்பர்க் போன்றோருடன் பகிர்ந்துகொண்டார். ஜான் வரைந்த ஓவியங்களும், ஆய்வுக்குறிப்புகளும் மார்கஸ் எழுதிய 'மீன்களின் வரலாறு' நூலுக்கு அடிப்படையாக அமைந்தன. ஜான் நுரையீரல் தொற்று நோயால் பாதிக்கப்பட்டார். கண் பார்வையையும் படிப்படியாக இழந்து வந்தார். நோயின் சுமை அவரது ஆய்வுப் பணிகளைத் தடை செய்யவில்லை. 66 வது வயதில் பக்கவாதம் தாக்கி மறைந்த ஜான் பாதிரி தரங்கம்பாடியில் நல்லடக்கம் செய்யப்பட்டார்.

அறிவியல் துறைக்கு ஜான் பாதிரி ஆற்றிய சேவைகளுக்காக ஜெர்மானிய ஆய்வறிஞர்கள் சொஸைட்டி அவருக்கு டாக்டர் பட்டம் வழங்கியது. ஆய்வாளர் மார்கஸ் ஒரு மீன் இனத்திற்கு ஜானியஸ் எனும் பெயர் சூட்டினார். இந்தியாவின் முதல் பாம்பு மனிதர் எனும் புகழைப் பெற்ற நீர் நில ஊர்வன விலங்குகள் ஆய்வுத்துறையின் முன்னோடி பேட்ரிக் ரஸ்ஸல், மண்ணுள்ளிப்

பாம்புகளுக்கு 'எரிக்ஸ் ஜான்னி' என பெயர் சூட்டி கௌரவித்தார். ஜான் பாதிரியைப் பற்றி எழுதும்போது தோன்றுகிறது. ஆங்கிலப் பாதிரிகளின் ஆய்வுப் பங்களிப்புகள் புகழப்படும் அளவிற்கு பிற ஐரோப்பிய மிஷினரிகளின் பங்களிப்புகள் பொதுவெளியில் அதிகம் பேசப்படுவதில்லை என்பது ஆய்வுக்குரிய ஒன்று.

ஒட்டகம் சைவமா அசைவமா?

கானமயில் பார்க்க முடியாத சோகத்தில் சரணாலயத்தில் நெடுநேரம் நின்று கொண்டிருந்தோம். நண்பர்கள் தொலைநோக்கியில் எதிரில் தெரிந்த மலைப்பகுதியில் துளாவிக்கொண்டிருந்தார்கள். திடீரென ஈஸு நரி நரி என்றார். அவர் காட்டிய திசையில் அரியதிருவிழிக்கருவியை திருப்பினேன். நலிந்த நாய் ஒன்று சோகமாய் ஓடிக்கொண்டிருந்தது.

பயிரிடும் வேலைகளில் ஈடுபட்டிருந்த பழங்குடிச் சிறுவர்களை அழைத்து ஜெயமோகனும் செங்கதிரும் அவர்களது கல்வி பற்றி பேசிக்கொண்டிருந்தார்கள். பல கிலோமீட்டர்கள் நடந்து சென்று இலவசக் கல்வியைப் பெற்றுக்கொண்டிருந்த சிறுவர்கள். அவர்களது தோற்றமும் வறுமையும் வாழ்க்கை நிலையும் கொண்டு அவர்கள் ராஜஸ்தானிலேயே மிகவும் பின்தங்கிய நிலையில் உள்ள ஷகாரியாஸ் பழங்குடிகளாகத்தான் இருக்கும் என நினைத்துக்கொண்டேன்.

மதிய உணவுக்காக ஜெய்சால்மரின் ரிசார்ட் விடுதிகளில் ஒன்றுக்குச் சென்றோம். எங்களைக் கண்டதும் மதராஸிகள் வந்திருக்கிறார்கள் அரிசியை அதிகம் போடு என சமையலறை நோக்கி கூவியபடி இனிய சிறித்த முகத்துடன் ரிசார்ட் அதிபர் எங்களை நெருங்கி வந்தார். இனிய தமிழில் அறிமுகம் செய்தபடி உரையாடலைத் துவங்கினார். சென்னையில் பிறந்து வளர்ந்து தொழில் செய்து சொத்து பத்துக்களைச் சேர்த்த மார்வாடி இளைஞர். ரிசார்ட் அப்பாவினுடையது. தன்னுடைய ஓய்வுகாலத்திற்குப் பின் மகன் ஜெய்சால்மருக்கு வந்துவிட வேண்டுமெனும் அப்பாவின் வேண்டுகோளுக்கிணங்க சென்னை தொழிலை நண்பர்களிடம் ஒப்படைத்து விட்டு தாய்நிலத்திற்குத் திரும்பியவர். தமிழ்

சினிமாவின் தீவிர ரசிகர். ஜெயமோகன் எழுதிய அனைத்து சினிமாக்களையும் பார்த்திருந்தார். அவரது உபசரிப்பு மழையில் பயணத்தின் மிக சுவையான மதிய உணவை உண்டோம். உருண்ட முகத்தில் திரண்ட சிரிப்புடன் இருந்த அவருக்காகவே சாம் டூன்சுக்கு மீண்டும் ஒருமுறை வரவேண்டுமென உறுதி கொண்டேன்.

செங்கதிர் குடும்பத்தாருடன் விடை பெற்றுக்கொண்டோம். பார்மரில் இரவுத் தங்கல் என்பது திட்டம். பழுப்பிலேயே பல வர்ணங்கள் காட்டும் மணல் மேடுகளைப் பார்த்துக்கொண்டே ஆளரவமற்ற தார் சாலையில் பயணம் தொடர்ந்தது. எத்திசையிலும் எரியும் வெயில். எங்கு பார்த்தாலும் புகை மண்டிய பழைய கருப்பு வெள்ளைக் காட்சிகளைப் போன்ற நிலம். சாலைகளின் இருமருங்கிலும் முள்ளுச்செடி காடுகள். உற்றுப்பார்த்தால் வெளிறிய பச்சை நிற இலைகளைக் கொண்ட குட்டை மரங்கள். அதில் உயரம் தாழ்த்தி தங்கள் முதுகுகளைச் சொருகிக்கொள்ளும் ஒட்டகங்கள். சாலை முழுக்க தனித்து விடப்பட்ட ஒட்டகங்கள் காலாதீதத்தை அசைபோட்டுக்கொண்டிருந்தன. நான் கல்வெட்டாங்குழி குட்டைகளில் ஊறித்திளைக்கும் நம்மூர் எருமைக்கிழவிகளை நினைத்துக்கொண்டேன். சாலையோரங்களில் இறந்து கிடந்த சில ஒட்டகங்கள் எடுத்துப் புதைக்க நாதியின்றி அழுகி நாறி ஈச்சுழலுக்குள் கிடப்பதையும் சில இடங்களில் கண்டேன்.

தார் பாலைவனமே வாழ்வாதாரத்திற்குத் தவித்துக்கொண்டிருந்த

நிலப்பகுதிதான். எழுபதுகளில் டூரிசம் எழுந்து வந்தது. டாக்டர் நிதின் படேல் போன்றவர்கள் ஒட்டகப் பால் ஆராய்ச்சிகளின் வழியாக கிராமங்களின் வாழ்வாதாரத்தைப் பெருக்கினார்கள். ஒட்டகத்தின் பால் குழந்தைகளுக்குச் சிறந்தது. மாட்டுப் பாலை விட கொழுப்பு மிகவும் குறைவு. சர்க்கரை நோயாளிகளுக்கு மிக உகந்தது. ரைகா இன மக்கள் ஒட்டகங்களை வளர்த்து பராமரிக்கலானார்கள். வறிய நிலையிலிருந்த கிராமங்களின் பொருளியல் உயர்ந்தது. மோடி ஒருமுறை ரான் திருவிழாவைத் துவக்கி வைத்து பேசும்போது ஒட்டகப்பால்

குழந்தைகளுக்கு உகந்தது என்று சொன்னதை இந்தியாவெங்கும் கேலி செய்தார்கள். இன்று மாட்டுப் பாலை விட ஒட்டகப்பால் இருமடங்கு அதிக விலைக்கு விற்பனை ஆகிறது.

பல்வேறு காரணிகளால் இன்று ஒட்டக வளர்ப்பு அத்தனை இலாபகரமானதாக இல்லையென்பதால், இந்தியாவில் ஒட்டகங்களின் எண்ணிக்கை பாதியாகக் குறைந்து விட்டது. 'குறும்பொறை உணங்கும் தகர் வெள்ளென்பு கடுங்கால் ஒட்டகத்து அல்கு பசி தீர்க்கும் கல் நடுங் கவலைய கானம் நீந்தி' எனும் அகநானூற்று வரிக்கு பண்டிதர்கள் – என்பு எனும் சொல்லை எலும்பு என கருதி – ஒட்டகங்கள் எலும்பு சாப்பிடும் என உரை எழுதி விட்டார்கள். அது நாஞ்சில் நாடனின் கண்ணில் பட்டு விட்டது. விடுவாரா? வெளு வெளுவென வெளுத்து வாங்கிய அவரது 'ஓங்கு நிலை ஒட்டகம்' தமிழில் ஒரு க்ளாசிக் கட்டுரை. என்பு எனும் சொல்லுக்குப் புல் எனும் பொருளும் உண்டு என்பதை அவர் கண்டடைந்தார்.

ஆனால் 'ஒட்டகம் எலும்பு' கதை இத்தோடு முடியவில்லை. கால்நடை மருத்துவ நோய் தீர்ப்பியல்படி, ஒட்டகம் எலும்பைத் தின்னும் என்பது உண்மை. தனது உணவின் மூலம் போதுமான அளவு பாஸ்பரஸ் தாதுச் சத்து கிடைக்காவிட்டால், ஒட்டகம் பாலைவனத்தில் கிடக்கும் எலும்புகளைத் தின்று இக்குறையைப் போக்கிக் கொள்ளும். ராஜஸ்தான், பஞ்சாப், அரியானா

மாநிலங்களில் உள்ள பல ஒட்டகங்களிடம் இந்நோயின் பாதிப்பு உண்டு என்பதை பிகானீரில் உள்ள இந்திய வேளாண் ஆராய்ச்சி கழகம் கண்டறிந்துள்ளது. ஆகவே சங்கப்புலவன் பாடியதில் தவறில்லை. ஒட்டகம் சைவமோ அசைவமோ பேலியோவோ வாரியரோ, நமக்கு நாஞ்சில் நாடனிடமிருந்து ஒரு செறிவான கட்டுரை கிடைத்ததே போதாதா?!

காருக்குள் இணையத்தில் நான் தேடித் தரவிறக்கிய ராஜஸ்தான் பழங்குடி சங்கீதம் ஒலித்துக்கொண்டிருந்தது. சாலைக்கு வெளியே ஆங்காங்கே வெட்டி வைத்த மைசூர் பாகைப் போன்று மஞ் சள் நிற கற்கள் குவித்து வைக்கப்பட்டிருந்தன. ராஜஸ்தான் கட்டிடக்கலைக்கு தனித்துவமும் வர்ணமும் சேர்க்கும் அழகிய கற்கள். சீராக வெட்டியெடுத்த கற்கள் கட்டுமான வேலைகள் முடிந்த வீடுகளுக்கு அருகே கைவிடப்பட்டு கிடந்தன. சல்பரின் நிறமும் சூரிய ஒளி பட்டால் பொன்னின் ஜாலமும் காட்டக் கூடிய விலையேறின கற்கள்.

வழி மறித்து நிற்கும் பெருங்கொம்பு கொண்ட மாடுகள் மீது இடித்து விடாமல் வாகனத்தை வளைத்து வளைத்து ஓட்டிக்கொண்டிருந்தார் டிரைவர். திடீரென 'சன் டெம்பிள்' என கூவினார் கிருஷ்ணன். சாலைக்கு அப்பால் தெரிந்த வனப்பகுதிக்குள் காலத்தின் கறையேறிப் போன கரிய கோபுரம் ஒன்று தெரிந்தது. வாகனத்தை ஓரம் கட்டி வனத்துக்குள் இறங்கி நடந்தோம். சோலங்கி பாணி சிவாலயம். மரு-கூர்ஜரா பாணி என்று குறிப்பிடுவது தற்கால

வழக்கம். முற்றிலும் சிதிலமடைந்த ஆலயம். தொல்லியல் துறை கோவிலின் சிதிலங்களைச் சேகரித்து ஒரு உத்தேச உருவை உருவாக்கியளித்திருக்கிறது. கிராடு ஆலயங்கள் என அழைக்கப்படும் புகழ்மிக்க 5 ஆலயங்கள் இந்தப் பகுதியைச் சுற்றி அமைந்துள்ளன. அனைத்துமே சிதிலமடைந்த நிலையில்தான் உள்ளன. மூல விக்கிரகங்கள் இல்லாத ஆலயத்தின் சுற்றுச்சுவர்களில் அழகிய சிற்பங்கள் இருந்தன.

வெயில் குறைந்து மாலையின் தென்றல் வீச துவங்கியது. ஆலயத்தின் படிகளில் அமர்ந்து தொல்லியலாளர் கே.கே.முகமது பற்றி பேசிக்கொண்டிருந்தோம். தூரத்தில் வெடியோசை கேட்டது. முதலில் யாரோ பாறையை வெடி வைத்து தகர்க்கிறார்கள் என நினைத்தோம். மீண்டும் வெடிச்சத்தம் அருகே கேட்டது. துப்பாக்கி. வானில் புறாக்கூட்டம் ஒன்று சடசடத்து பறந்து மறைந்தது. பறவை வேட்டை. நான் அனைவரும் தலையை குனிந்துகொள்ளுங்கள் என்று கூவினேன். Mussle loading Gun எனும் நாட்டுத்துப்பாக்கி மிக மிக ஆபத்தானது. இவற்றில் இருப்பது தோட்டாக்கள் அல்ல. பயன்படுத்துபவர்கள் குறிபார்த்துச் சுடுபவர்களும் அல்ல. சைக்கிள் கடைகளில் கிடைக்கும் பால்ரஸ் குண்டுகளைக் கரிமருந்தில் சேர்த்து டிரிக்கர் முனைக்கு கொண்டு வந்து உத்தேசமாக சுடுவார்கள். கரிமருந்து வெடித்து குறுகிய குழாய் வழியே வெளியேறும் பால்ரஸ் குண்டுகள் தூரம் செல்லச் செல்ல ஒரு வலை போல விரிந்து இலக்கை தாக்கக் கூடியவை. பறவை வேட்டைக்கு உகந்தவை.

பத்துக்கு இரண்டில் பழுதில்லாமல் பட்டு இரை வீழ்ந்து விடும். தாறுமாறாகப் பாயும் இந்த பால்ரஸ் வேட்டைத் துப்பாக்கியால் இன்றும் தமிழகத்தில் விபத்தும் உயிரிழப்புகளும் நிகழ்கின்றன. கரங்களைப் பின்னந்தலையில் கோர்த்து குனிந்த வாக்கில் ஓடி ஆலயத்தை விட்டு வெளியேறினோம்.

கோழியே எங்கு இருக்கிறாய்?

*ரா*ஜஸ்தானும் குஜராத்தும் முழு சைவ மாநிலங்கள். ஹோட்டலில் ஒரு ஆம்லெட்டாவது கிடைக்குமா என்று பரிதாபமாகக் கேட்டால், இழிபிறவியைப் பார்ப்பது போல ஒரு பரிகாசப் பார்வையே பதிலாகக் கிடைக்கும். மூன்று நாட்கள் ஒன்பது வேளைகள் பருப்பும் சப்பாத்தியும் தின்று நண்பர்களில் சிலர் வெறியேறிப்போய் கிடந்தனர். சரி நானும்தான்.

பார்மரில் மீச்சிறந்த அசைவ கடைகள் உண்டு என்று செங்கதிர் சொல்லியனுப்பி இருந்தார். அவர் சொல்லாத ஒன்று இரவு எட்டு மணிக்குள் ஊரடங்கி விடும் என்பது. பார்மர் விடுதியில் சிரமப்பரிகாரம் முடித்துவிட்டு ஒரு சிறு குழுவாக சாலையில் இறங்கி ஹோட்டல்களைத் தேடினால் ஊரே இருள் மண்டி நிசப்தமாக இருந்தது. ஒரு கடை கூட இல்லை. நான் ஆவேசமாக 'ஞாயிற்றுக்கிழமை குடிக்காத ஊரென ஒன்று இந்தியாவில் இருக்க முடியாது. வண்டியை பாருக்கு விடுங்கய்யா' என்றேன். என் கணிப்பு பிழறவில்லை. குறைந்த இருளில் மெழுகுவர்த்தி வெளிச்சத்தில் ஆவேசத்துடன் இயங்கிக்கொண்டிருந்தது ஒரு பார். அதன் பரிசாரகரை அழைத்து நாங்கள் குடிக்க வரவில்லை. சாப்பிடத்தான் வந்திருக்கிறோம் என்பதைப் புரிய வைப்பதற்குள் நிரேன் மூர்ச்சையாகி விட்டார். ராஜஸ்தான் மக்களுக்கு இங்கிலீஷில் இங்கிலீஷ் எனும் வார்த்தை கூட தெரியாது. வாட்டர், ஃபேன், டம்ப்ளர், சால்ட், ஸ்விட்ச், தேங்க்ஸ் என எந்த ஒரு வார்த்தையும் அவர்களுக்குத் தெரியாது. பயணம் துவங்கிய நாளிலிருந்து பல்வேறு சந்தர்ப்பங்களில் இதை எதிர்கொண்டேன். அரசு அதிகாரிகள் கூட ஆங்கிலத்தில் என்ன கேட்டாலும் முகத்தை கோபமாக வைத்துக்கொண்டு உர்ரென உறுமுவதை ஒரு தந்திரமாக வைத்திருக்கிறார்கள். பேசுவதென்றால் என் மொழியில் பேசு

என்பது அந்த உறுமலின் பொருள். இதை மொழிப்பற்று என்றும் எடுத்துக்கொள்ள முடியாது. குஜராத்தியையும் தேவநாகரி மொழியையும் தின்று செரிக்கும் ஹிந்தியின் ஆதிக்கத்தை எங்கும் உணர முடிகிறது.

பார் உணவகங்களுக்கேயுரிய சுவையில் சிக்கன் கிடைத்தது. செந்தில் வெறியுடன் ஏழெட்டு தட்டு சிக்கன்களை சாப்பிட்டார். பரிசாரகன் பயந்து இரண்டடி தள்ளி நின்றே பரிமாறினான். வெளுத்து வாங்கிவிட்டு அறைக்குத் திரும்பினோம். நாங்கள் தங்கிய விடுதி கீழே திருமணமண்டபம். மேலே தங்கும் விடுதிக்குரிய அறைகள். கட்டிடத்தின் வலது புறம் புல்வெளி அரங்கம். இடது புறம் நீச்சல் குளம் என பலவகையான தொழில் சிந்தனையுடன் கட்டப்பட்ட விடுதி. இங்கேயே ஒரு கோர்ட்டும் இருந்தால் நல்லா இருக்கும் என்றார் செந்தில்.

பாலைநில ராதை

பயணத்தின் நான்காம் நாள் பார்மரில் இனிதே விடிந்தது. அன்று பகல் முழுக்க பயணித்து பூஜ் நகரத்தை அடைவது எங்கள் திட்டமாக இருந்தது. 490 கிலோமீட்டர்கள் தூரம். எத்தனை சொகுசான கார் என்றாலும் ஒரு முழுப்பகல் காருக்குள் அமர்ந்திருப்பது ஒரு டியூபுக்குள் இருப்பதைப் போன்ற உணர்வையும் திணறலையும் உருவாக்கிவிடக் கூடியது. ஒரு நாளைக்கு அதிகபட்சம் 200 கிலோமீட்டர்கள் காரில் பயணம். இரவு 6 மணிக்குள் தங்குவதற்கு ஏதேனும் நகரத்திற்குள் தஞ்சம் என்பது ஜெயமோகன் அடிக்கடி வலியுறுத்துவது. ஆனால், எல்லாப் பயணங்களின் திட்டமிடலிலும் இந்த கட்டைவிரல் விதி சாத்தியமானதல்ல. அன்று பகல் பயணம் நீண்ட நேரம் என்பதால் பழி வாராதிருக்க காலையிலேயே எங்கள் கண்களுக்கு ஏதேனும் காட்டி விட வேண்டுமெனும் எண்ணம் கொண்டிருந்தார் ராஜகுரு கிருஷ்ணன்.

அதன்படி காலையிலேயே அறையை விட்டு வெளியேறி பார்மர் பஜாருக்குள் வந்தோம். சூர்ட்டிங் சர்ட்டிங்குகளுக்குப் புகழ்பெற்றது பார்மரின் கடைவீதி. சில மார்வாடிகள் பரபரப்பாக கடைகளைத் திறந்து கொண்டிருந்தார்கள். இந்த அதிகாலையில் யார் ஜவுளி வாங்க வருவார்கள் என்று ஜெயமோகன் வியந்தார். அது ஒருவகை தொழில்தர்மம் என சமீபத்தில் ஜவுளிக்கடைக்காரர் ஒருவர் இணையத்தில் எழுதிய கட்டுரையைச் சுட்டி விளக்கினேன். கடைவீதி முடிந்து தெருக்கள் தொடங்கியது. வளைந்து செல்லும் தெருக்கள் ஒரு குன்றின் அடியில் முட்டி நின்றன. முடியும் இடத்தில் படிக்கட்டுகள் தொடர்ந்தன. படிகளில் ஏறத் துவங்கினோம். குன்றின் இருபக்கங்களும் வீடுகள் இருந்தன. மூச்சிரைக்கப் படியேறி படியேறி ஜோகமாதா ஆலயத்தை வந்தடைந்தோம். சிமெண்டினால் கட்டப்பட்ட சமீபத்தைய ஆலயம். அழகுணர்ச்சிக்கு ஐம்பதாயிரம்

மைல் தொலைவில் இருந்தது. இந்தக் கோவிலுக்கு ஏன் இத்தனைப் படிகள் ஏறிவந்தோம் எனும் கவலையுடன் 'ஏன் கிருஷ்ணன்.. இந்தக் கோவில் உங்கள் மூதாதையர் கட்டியதா?' எனும் கேள்வியை கேட்டார் செந்தில். ராஜகுரு மர்மப் புன்னகையை உதிர்த்தார். 'ஷாவுங்கடா' என்பது அதன் மறைபொருள். ஆனால், ஆலய கட்டுமானத்தின் பின்னால் ஆச்சரியம் காத்திருந்தது. ஆலயத்தின் முன்பக்கத்தில் கீழே பரபரப்பாக ஓடிக்கொண்டிருக்கும் பார்மர் நகரத்திற்கு எந்தத் தொடர்பும் இல்லாத வகையில் பின் பக்கம் உயரமான மலைக்குன்றுகள் இருந்தன. பச்சைப் பசேலென்ற பள்ளத்தாக்கு. ஒரு மலைக்குன்றின் மேல் புராதன ஆலயம் ஒன்றிருந்ததை தொலைவிலிருந்தே பார்க்க முடிந்தது. கண்ணெட்டிய தூரமெங்கும் பச்சையத்தின் வர்ணவேறுபாடுகள். குளிர்ந்த காற்றும், ஈரமண்ணின் மணமும் அதுவரை படியேறி வந்த களைப்பைப் போக்கிற்று. ஜெயமோகன் மௌனத்தில் ஆழ்ந்தபடி பள்ளத்தாக்கையே பார்த்துக்கொண்டிருந்தார். ஈஸ்வரன் உணர்ச்சி மேலீட்டால் சுற்றுச்சுவரின் மீது ஏறிப்பார்க்க முயன்றார். சற்று தடுமாறினாலும் கீழே பல நூறடி பள்ளம். ஜெ சற்று கடிந்துகொண்டார். பயணத்தில் செய்யவே கூடாதவை இது போன்ற பொருளற்ற சாகசங்கள். நமது மனதின் வயதும் உடலின் வயதும் ஒன்றல்ல. உடற்தகுதி குறித்து நமக்கு ஏக மயக்கங்களும் மூடநம்பிக்கைகளும் உண்டு. பயணத்தின் போது ஒருவருக்கு ஏற்படும் காயம் மொத்த பயண மனநிலையையும் பாதிக்கக்கூடியது. குகைப்பயணத்தின்போது ராஜமாணிக்கத்தின் கை உடைந்து பாதியில் திரும்பவேண்டி இருந்த சூழலை நண்பர்கள் நினைவு கூர்ந்தனர்.

படியிறங்கி திரும்பி வருகையில் பார்மர் கடைவீதி தியாகராய நகர் ரங்கநாதன் தெருவாக மாறியிருந்தது. எங்கெங்கு காணினும் வர்ணங்களைக் கொட்டி வைத்தது போல துணிக்கடைகள். ஹோட்டலில் சுவையான உணவு கிடைத்தது. லேசாக கொறிக்கும் வழக்கமுடைய ஜெயமோகனே இரண்டு ஆனியன் ஊத்தாப்பங்களை விரும்பி வாங்கி சாப்பிட்டார். திருப்தியாக சாப்பிட்ட வயிற்றுக்கு ஒரு நங்கூரம் பாய்ச்ச டீக்கடையை தேடிச் சென்றோம். நான் காபி விரும்பி. ஆனால், கவ் பெல்ட்டில் காபி தவிர்ப்பதே நல்லது எனும் பாடத்தைப் புரிந்து கொள்ள எனக்கு நான்கு நாட்கள் ஆகின. டீத்தூளும் இஞ்சியும் சேர்த்து கொதித்த பாத்திரத்தில்தான் காபியையும் போடுவார்கள். காபியில் டீ இஞ்சி மணம் சேர்ந்து வரும். சுக்கு அரைத்து குடித்தது போன்ற உணர்வு வரும். பக்கத்தில் இருந்த ஜர்தா பீடா கடை வாசலில்

சினிமா போஸ்டர்கள் ஒட்டப்பட்டிருந்தன. அதில் தன்வீர்சிங் முறுக்கிய மீசையுடன் இருந்தார். உத்வேகம் கொண்ட செந்தில் ஒரு சூப்பர் டீலக்ஸ் போட்டு சிவந்த உதடுகளுடன் கண்களை உருட்டி மீசையை முறுக்கி புகைப்படம் எடுத்துக்கொண்டார். இடுப்பில் கால் சட்டை இல்லாமல் தெருவில் ஈசிஜி ரிப்போர்ட்டுகளாக ஒன்றுக்கடித்துக்கொண்டே சென்ற சிறுவன் நின்று கவனித்து குனிந்து நிமிர்ந்து சிரித்தான்.

பார்மர் நகரை விட்டு வெளியேறியதும் மீண்டும் பாலை வந்து சூழ்ந்து கொண்டது. மிகப்பெரிய வெண்ணிற தாளில் அங்கங்கே பென்சிலால் தீற்றியது போல முள்மரங்கள். கருப்பு வெள்ளை ஓவியத்திரை ஒன்றை கிழித்துக் கொண்டே செல்வது போன்ற உணர்வு. சாம் டூன்ஸில் பொன்னிறத்தில் கண்ட மணற்குன்றுகள் இப்பகுதியில் பழுப்பு நிறந்தில் தென்பட்டன. எங்கேனும் காரை நிறுத்தி குன்றில் ஏறலாமே என்றார் கிருஷ்ணன். முட்கொடிகள் படர்ந்து கிடந்த மணற்குன்றின் மீதேறிச் செல்கையில் ஒரு சோலையைக் கண்டோம். பசுமையான மரங்கள் அடர்ந்திருந்தன. அருகே சென்றபோது சுற்றுச்சுவர் தெரிந்தது. இரும்பு கேட்டை திறந்து உள்ளே சென்றோம். அவ்வப்போது பக்தர்கள் வந்து செல்லும் ஏதோ ஆசிரமம். அங்கே அசப்பில் பலாமரத்தைப் போலவே இருந்த விநோத மரம் ஒன்று அடர்ந்து பரந்திருந்தது. அதன் நிழலில் ஒரு விழாவே நடத்தலாம். அதன் குளுமைக்குள் சில ஞானியரின் சமாதிகள் இருந்தன. நைஸ் ப்ளேஸ் டு ஸ்லீப்.

திரும்பி சரிவில் இறங்குகையில் பொன்னிற எலி ஒன்று ஓடியது. ஆஹ்! பாலைவன எலி. கிருஷ்ணன் காநுயிர் பட்டியலில் ஒன்றை டிக்கடித்துக் கொண்டார்.

ஆளரவமற்ற சாலையில் நீண்ட பயணம் துவங்கியது. வெண்ணிற மேகங்களுக்குள் செல்வதைப் போன்ற பயணம். தலைக்கு மேல் இரண்டடி உயர கொம்புகளுடன் அவ்வப்போது எதிர்ப்படும் மாடுகள் நமனார் கிங்கரர்கள் போலிருந்தன. ஒரு மணி நேரத்திற்கொரு கிராமம் எதிர் வந்து கொண்டிருந்தது. புகழ்மிக்க இயக்குனர் கல்பனா லாஜ்மி இயக்கிய ரூடாலி திரைப்படத்தில் இக்கிராமங்கள் மிகச்சிறப்பாக காட்டப்பட்டுள்ளன. அதுகாறும் செக்ஸ் பாம் ஆக அறியப்பட்ட டிம்பிள் கபாடியா, தனவந்தர்கள் இறந்தால் அவர்கள் புகழ்பாடி பிரேதம் மீது விழுந்து அழுது ஒப்பாரி வைக்கும் ரூடாலிப் பெண்ணாக அற்புதமாக நடித்திருந்த படம். 1993-ல் வெளியான இத்திரைப்படம் மூன்று தேசிய விருதுகளை வென்றது. இசையுலக மாமேதை பூபேன் ஹசாரியாவின் காலத்தால் அழியாத காவிய பாடல்கள் படத்திற்குப் பெருமை சேர்த்தன. ராஜஸ்தானின் நிலப்பிரபுத்துவமும் அன்றைய கிராமிய வாழ்க்கையில் ஒடுக்கப்பட்ட பெண்களின் நிலையும் அற்புதமாக சித்தரிக்கப்பட்டிருந்தது. ஆஸ்காருக்கும் பரிந்துரைக்கப்பட்டது. இப்படத்தை நிலக்காட்சிகளுக்காக (சந்தோஷ் சிவன்), மஹா ஸ்வேதாதேவியின் கவித்துவ கதையம்சத்திற்காக, டிம்பிளின் அபாரமான நடிப்பிற்காக, பாரத ரத்னா பூபேன் ஹசாரியாவின் தேமதுர பாடல்களுக்காக, நடனத்திற்காக, கலை இயக்கத்திற்காக (சமீர் சந்தா) என பலமுறை பார்த்திருக்கிறேன்.

அதற்கு இணையான இன்னொரு திரைப்படம் அபிஷேக் ஷா இயக்கத்தில் 2019-ல் வெளியான ஹெல்லரோ (Hellaro) சர்வதேச திரைப்பட விழாக்களில் கொண்டாடப்பட்டு தேசிய விருதினையும் வென்ற படம். ரான் பாலைவனத்தில் ஆணாதிக்கச் சூழலுக்குள் அடிமைப்பட்டுக் கிடந்த பெண்கள் கலையின் துணையோடு தங்கள் தளைகளை அறுத்ததன் கதை. நாட்டாரியல் தொன்மங்களை எமர்ஜென்சி காலகட்ட பின்ணணியில் கவித்துவமாகக் கோர்த்துக் கட்டிய அற்புதமான திரைக்கதை. ஷரத்தா டாங்கர் எனும் பிரபஞ் சப் பேரழகி (புத்தக வாசிப்பிற்கு நடுவில் கூகிள் செய்வதைத் தவிர்க்கவும் – ஆர்) மஞ்சரி எனும் கதாபாத்திரத்திற்கு உயிரூட்டி இருந்தார். சமீபத்தைய சினிமாக்களின் ஆடல் காட்சிகளில் மாபெரும் சாதனை (சமீர் தன்னா) இந்தப் படம் என சந்தேகத்திற்கு இடமில்லாமல் சொல்லலாம்.

அவ்வப்போது வெண் மணலில் கால்கள் புதைய முக்காடிட்ட பெண்கள் தலையில் பானைகளை அடுக்கி தண்ணீர் சுமந்து சென்றதை காண முடிந்தது. ஆடையின் வண்ணங்களும், புஜத்தில் இறுக்கமாக அணியப்பட்ட வெள்ளை வளையல்களும், பெண்களின் நாணமும் அவர்களை அரம்பையர் போல காட்டியது. காய்ந்தவன் கண்ணுக்குக் காண்டாமிருகமும் அழகுதான் என்றார் பெங்களூரு கிருஷ்ணன். அவர் யோகி. சொன்னால் சரியாகத்தான் இருக்கும். காருக்குள் காதல் சோகப் பாடல்கள் ஒலித்துக்கொண்டே இருந்தன. சாம் டேன் மணற்குன்றில் நிலவெரியும் இரவு ஜெயமோகனுக்குள் அடியாழத்திற்குள் துருவேறிக்கிடந்த பழைய நினைவுகளில் ஏதோ ஒன்றைக் கிளர்த்தியிருக்கும் போல. பயணம் முழுக்கவே 'உலகே மாயம்' மோடிலேயே இருந்தார்.

கண்டசாலாவாக மாறிக்கொண்டிருந்த ஜெயமோகனை கடைத்தேற்றும் பொருட்டு நான் அயோத்தி தீர்ப்பைப் பற்றின பேச்சைத் துவக்கினேன். அது நான் தேடியமர்ந்த ஆப்பு. ராஜமாணிக்கம் தன் தரப்புகளைப் பேசிக்கொண்டிருந்தபோது, நான் இடைமறித்து இந்து மன்னர்கள் கூடத்தான் பிற மதத்தினர் வழிபடும் இடங்களை ஆலயங்களாக மாற்றியுள்ளனர். உதாரணமாக தஞ்சை பெரியகோவில் ஒரு காலத்தில் புத்தவிகாரை என்கிறார்கள் என சுரேஷ் பிள்ளை எழுதிய கட்டுரை ஒன்றைச் சுட்டி பேசினேன். ஆவேசத்துடன் ஜெயமோகன் அந்தக் கட்டுரையின் தர்க்கப்பிழைகளை வரிசையாக அடுக்கினார். அட ஆமால்ல என தோன்றியது. இராஜராஜ சோழன் ஆயிரமாவது ஆண்டு கொண்டாடும் நேரத்தில் அவரது ஆளுமையைச் சிதைக்கும்பொருட்டு அக்கட்டுரை உருவாக்கப்பட்டிருக்கக் கூடும் என்கிற ஐயங்களைப் புறந்தள்ள முடியாது. ஜெயமோகன் சொன்ன தர்க்கங்கள் கொஞ்சம் யோசிக்கிற ஒருவன் மிக எளிதாக அறியக்கூடியவை. ஆனால், சுரேஷ் பிள்ளையின் மொழிநடையும் த்வனியும் கட்டுரையின் வடிவ ஒழுங்கும் என் அறிவை மறைத்து விட்டது. ஆமாம் ஆமாம் சின்னய்யா என்று வாசிக்கக் கூடாது. அன்றைய பெரிய கோவில் விவாதத்தை தனிக்கட்டுரையாக எழுதலாம். ஒரு பயண நூலுக்கு தேவையற்ற விலகல்.

எங்களது ஓட்டுநர்களுள் ஒருவர் ஒரு பேரதிகாரியின் டிரைவர். ஐம்பது வயதிருக்கலாம். அதிகபட்சம் வீட்டிற்கும் கிரைக்கடைக்கும் ஒட்டி வந்தவர். அவரது பையன் ரஷ்யாவில் மருத்துவம் பயின்று வருகிறார். வண்டியை ஓட்டிக்கொண்டே மகனுடன் அடிக்கடி வீடியோ அழைப்பில் பேசிக்கொண்டே இருந்தார். ஒரு கட்டத்தில்

ஜெயமோகன் வெகுண்டெழு சரியானார். மற்றொரு டிரைவர் ராக்ஸ்டார். உடை நடை அனைத்திலும் சத்ருகன் சின்ஹா. வண்டி ஓட்டுவதற்கென்றே பிறந்தவர். 150 கிலோமீட்டர் வேகத்தில் வண்டி செல்கையில் கார் கதவை திறந்து தலை குனிந்து வாயிலிருக்கும் பீடா எச்சிலை அவர் துப்பும்போது எங்கள் குடல்கள் வாய்க்கு வந்து விடும். பத்துமாடுகள் நெருக்கியடித்துக்கொண்டு நிற்கும் சாலையில் காரை ஒரு மண்புழுவாக மாற்றி வளைந்து நெளிந்து ஊடறுத்துச் செல்வதைக் கண்டு பின் தொடரும் முதிய ஓட்டுநர் பல சமயங்களில் நிலைகுத்தி விடுவார். இருவருக்கும் இடையே மெல்லிய சீண்டல்களும் வேடிக்கை விளையாட்டுகளும் இருந்துகொண்டே இருந்தது.

இருவருக்கும் பொதுவான பிரச்சனை என்னவெனில் இவர்கள் ராஜஸ்தானைத் தாண்டியவர்கள் இல்லை. முதன்முறையாக குஜராத்திற்குள் நுழைகிறார்கள். ஒரே நாளில் 500 கிலோமீட்டர்கள் என்று சொன்னால் காரைத் திருப்பிக்கொண்டு விடுவார்கள் என்பதால் இரண்டு கிருஷ்ணன்களும் அவர்களிடம் உண்மையை மறைத்து இன்னும் கொஞ்ச தூரம் இன்னும் கொஞ்ச நேரம் என்றே ஒப்பேற்றிக்கொண்டிருந்தார்கள். அதிகாலையில் கிளம்பி இரவு எட்டு மணியாகியும் ஊர் வந்து சேரவில்லை. கைசோர்ந்து கண்சோர்ந்து கால்சோர்ந்து திடீரென ஒரு டீக்கடையில் வண்டியை நிறுத்தினார்கள். ஒன்றுக்கடிக்க சென்றார்கள். நானும் உடன் சென்றேன். முதியவர் 'இன்னும் எவ்வளவு தூரம் போகவேண்டுமென்று அவர்களிடம் கேளுடா' என்றார் ஹிந்தியில். 'யோவ் அவனுங்க எப்ப கேட்டாலும் இன்னும் கொஞ்ச நேரத்துல வந்துடும்னுதான் காலையிலருந்தே சொல்றானுக உடம்புல உயிர் இருக்கற வரைக்கும் ஓட்டுவோம்..' நான் வெடித்துச் சிரித்து விட அவர்களும் சிரிக்க உடனிருந்தவர்களும் சிரிக்க அந்த நாளின் அத்தனை சோர்வும் களைப்பும் பறந்து விட்டது.

சங்கீத ஜாதிமுல்லை

அந்திக்கருக்கலில் பூஜ்ஜுக்கு வந்து சேர்ந்தோம். ராஜபுத்திர மன்னர்களால் 15-ஆம் நூற்றாண்டில் நிர்மாணிக்கப்பட்ட நகரம். கட்ச் மாவட்டத்தின் தலைநகரம். கட்ச்தான் இந்தியாவின் மிகப்பெரிய மாவட்டம். 45,652 சதுர கிலோமீட்டர்கள் பரப்புடையது. தூத்துக்குடி மாவட்டத்தை விட பத்து மடங்கு பெரியது. பாகிஸ்தானுக்கு மிக நெருக்கமான எல்லையில் கட்ச் வளைகுடாப் பகுதியில் அமைந்துள்ளது. மழைக்காலத்தில் சதுப்பு நிலமாகவும், வெயில் காலத்தில் பாலைநிலமாகவும் மாறிவிடுகிற வினோதமான நில அமைப்பு கொண்டது. கட்ச் நாகர்களின் பூமி. கீழடி சச்சரவுகளுக்குப் பின் நாகர்கள் ஆதி தமிழர்களே எனும் கருதுகோல் தமிழகத்தில் ஒலிக்கத் துவங்கியுள்ளது. இம்மாவட்டத்தின் தோலவீர உள்ளிட்ட பகுதிகளில் கிடைத்த சில அகழாய்வுச் சான்றுகளைக் கொண்டுதான் சிந்துவெளி நாகரீகத்தின் திராவிட அடித்தளம் எனும் விவாதம் துவங்கியுள்ளது.

என் போன்ற 80களின் குழந்தைகளுக்கு பூஜ் என்றாலே பூகம்பம். கோடீஸ்வரர்களால் நிரம்பிய வணிக நகரம் ஒரே இரவில் தரைமட்டமாகி உடைமை இழந்து உறவுகளை இழந்து ஒரு துண்டு ரொட்டிக்கு வழியில்லாமல் வீதிக்கு வந்த நாள். நிலமெனும் நல்லாள் பெரும்பசியோடு பதினெட்டாயிரம் பேரைப் பலி கொண்டாள். இளவயதில் பூஜ் பூகம்ப மரணங்கள் குறித்த செய்திகள் என்னை உலுக்கியிருக்கின்றன. வாழ்வின் நிலையாமை குறித்து என் சிந்தனைகளைக் கிளறியிருக்கின்றன.

பூஜ் புவியதிர்ச்சி நிகழ்ந்தபோது எங்கள் சாத்தான்குளத்தில் மழைக்காலம். குளங்கள் உடைந்து கிராமங்கள்

மூழ்கிக்கொண்டிருந்தன. பிரதமர் நாட்டு மக்கள் குஜராத்திற்குப் பெரியமனதுடன் நிதியளிக்கும்படி கோரியிருந்தார். நான் என் உண்டியல் சேமிப்பிலிருந்து 100 ரூபாயை அனுப்பவேண்டுமென நினைத்துக்கொண்டு அதைச் செய்யாமல் காலம் தாழ்த்திக் கொண்டிருந்தேன். மைசூருக்குத் தீப்பெட்டி பண்டல்களை லாரியில் கொண்டு போய்க்கொண்டிருந்த அப்பா ஒரு விபத்தில் சிக்கிக்கொண்ட தகவல் வந்தது. க்ளீனர் இறந்து அப்பாவும் டிரைவரும் சில காயங்களுடன் உயிர் பிழைத்தனர். நான் நிவாரணநிதி அனுப்ப தாமதித்ததுதான் இந்தத் துர்சம்பவத்திற்குக் காரணம் என அஞ்சி, கொட்டும் மழையில் கழுத்தளவு நீர் ஓடும் சாலை வழியாக அஞ்சலகம் சென்று மணியார்டர் செய்தது நோஸ்டால்ஜியா.

இன்று மோடி மீது ஆயிரம் விமர்சனங்கள் இருக்கலாம். ஆனால் 2001 பூகம்பத்திலிருந்து அவர் குஜராத்தை மீட்ட வேகம் உலகத்தின் கவனத்தை ஈர்த்தது. இன்றும் பேரிடர் மேலாண்மை மீட்பு நடவடிக்கையின் உச்சபட்ச சாதனையாக பூஜ் திகழ்ந்துகொண்டிருக்கிறது. அதன் பொருட்டு ஐக்கியநாடுகள் சபை விருதளித்துப் பாராட்டியதும் நினைவுக்கு வருகிறது.

அறையில் குளித்து விட்டு பூஜ் நகரைச் சுற்றி வந்தோம். சுவை மிக்க லஸ்ஸி கிடைத்தது. உலகத்தரம் மிக்க பீடாக்களை வாங்கி வாய்க்குள் அதக்கிக்கொண்டோம். வார இறுதிக்குரிய கொண்டாட்ட மனநிலையில் இருந்தது பூஜ். நகரின் மையப்பகுதியில் ஒரு மாபெரும் தெப்பக்குளத்தைப் போன்ற நீர் நிலைக்கு எதிரே பிராக் கோட்டை இருந்தது. உள்ளூர் மக்களின் பொழுதுபோக்கு ஸ்தலம். குழந்தைகளுக்கான விளையாட்டுகள், தின்பண்ட கடைகள் என இடம் கலகலப்பாக இருந்தது. வானில் நிலா செந்நிறம் காட்டி ஒளிர்ந்துகொண்டிருந்தது. அவசரப்பட்டு திருமணம் செய்து கொண்ட குஜராத் பேரழகிகள் தத்தம் கணவர்களோடு கோட்டையின் படிக்கட்டுக்களில் அமர்ந்திருந்தனர். இல்லற சாகஸத்தின் விளைப்பயன்கள் எதிரே ராட்சச ரப்பர் பலூன் பொம்மையில் குதித்துக்கொண்டிருந்தன. இடைப் பிரதேசத்தை காண்போரின் கண்ணுக்கு விருந்தாக காற்றோட்டமாக விட்டுவிட்ட ராதைகளின் பெருந்தன்மையையும் உண்ணும் உணவில் சேர்க்கும் வெண்ணை எப்படி உடலாக மாறி உலா வருகிறது எனும் மகத்தான சிந்தனையில் நான் ஆழ்ந்திருக்குங்கால், உடன் வந்திருந்த நரன்கள் மோடியின் ஜாதி பற்றிய விவாதத்திற்குள் சென்றிருந்தார்கள்.

ஒரு தேர்தல் கூட்டத்தில் மோடி தன்னை தாழ்த்தப்பட்டவர்

என்றார். பிற்பாடு எதிர்ப்பு கிளம்பியதும் அப்படி க்ளைய்ம் செய்வதை நிறுத்திக்கொண்டார் என்று வாதிட்டார் செந்தில். அவர் தாழ்த்தப்பட்டவர்தான் என்றார் ரா.மாணிக்கனார். விவாதம் சூடு பறந்து கொண்டிருந்தது. அந்தச் சபையில் நான் மானுடவியலாளர் ரோலை எடுக்க வேண்டியிருந்தது. வாணியர் எனப்படும் செட்டியார்களின் ஒருங்கிணைந்த அமைப்பின் தலைவராக மோடியின் சொந்த சகோதரர் இருந்ததைக் கேள்வியுற்றுள்ளேன். இந்தியாவில் வணிக சாதியினர் செட்டி, சேட்டு, தைலிக், வணிகா, பணியா, வைஸ்யா, ஷெட்டி என பல்வேறு பெயர்களுள் அழைக்கப்படுகிறார்கள். சில பகுதிகளில் அவர்கள் ஆதிக்கச் சாதியினர். சில பகுதிகளில் அவர்கள் தாழ்த்தப்பட்டவர்களாகக் கருதப்பட்டிருக்கலாம். திருச்செந்தூர் ஆலயத்தில் எண்ணெய்ச் செட்டியார்கள் நுழைய தடை விதித்தபோது அவர்கள் நீதிமன்றம் சென்று வென்ற வரலாறு உண்டு. ஆனால், எங்கும் பொருளாதாரத்தில் நலிவுற்றவர்கள் அல்ல என்று தீர்ப்பு வழங்கினேன். விவாதத்தால் கடுப்புற்ற பெங்களூரு யோகி கிருஷ்ணன் இனிய ஆங்கில கெட்டவார்த்தைகளை உதிர்த்துவிட்டு கிளம்பினார்.

இரவானதும் சக்தி கிருஷ்ணன் உடம்பில் ஓர் ஆவி புகுந்து கொண்டு விடும் என்பதை ஜெயமோகன் வாசகர்கள் அறிவார்கள். அன்றிரவும் ஆவி செக்–இன் செய்துகொண்டது. காரில் ஜெயமோகன் மீட்டிய முகாரிக்கான எதிர்வினையாக விடிய விடிய சிரிப்பும் கூத்துமாக ஒரு இரவு. ஜெயமோகன் வெண்முரசு எழுதச் சென்றுவிட அனைத்து நண்பர்களும் எனது சிறிய அறையில் கூடினார்கள். முதலில் எங்கள் அனைவருக்கும் பிடித்தமான 'கேட்டகரி' விளையாட்டு. பொதுவாக தமிழ் திரை இசைப்பாடல்களை அதன் மையக்கருத்து சார்ந்து மூன்றாகப் பிரிக்க முடியும். 1) வாயேன் மஜாவாக இருக்கலாம் 2) வந்தா நல்லாருக்குமே 3) வந்தியே வராம போயிட்டியே – இவை சக்தி கிருஷ்ணனும் ஜெயமோகனும் சிந்தித்து உருவாக்கிய வகைமை. இதுகாறும் சுமார் ஆறாயிரம் பாடல்களை இங்ஙனம் துறை பிரித்துள்ளார்கள். அபூர்வமான பாடல்களை நினைவிடுக்கில் துளாவி நண்பர்கள் பாட சரணத்தின் முதல் வரி பாடியதுமே சக்தி இடைமறித்து அதன் துறையைச் சொல்ல அடிவயிற்றைப் பிடித்துக்கொண்டு உருண்டோம். மணி இரவு இரண்டரையைத் தொட்டது. இரண்டாவது விளையாட்டு பிரபல ராகங்களுக்கு வரியமைத்தல். உதாரணமாக ஆபேரி: 'ஆ... ஆ... காமாலையில் ஒரு கல்லீரல் இங்கு நான்தான் நோய் என்றது... எந்தன் வீடு

தேடி வந்தது... இன்னும் வேண்டுமா என்றது...' மூன்றாவது ஆசுகவிச் சுற்று. அதில் அடியேன் வித்தகன். பொதுவாக செந்திலின் மைனர்கால மகாத்மியங்கள். நண்பர்கள் தரையை ஓங்கியறைந்தபடி கண்களில் நீர் கோர்க்க உருண்டு புரண்டு சிரிக்கும்போது பொழுது புலர்ந்திருந்தது.

சுழலும் பாறைகள்

எதிர்பாராத மழையினால் ரான் ஆஃப் கட்ச் நிலப்பரப்பில் பல இடங்களில் தண்ணீர் புகுந்து விட்டது பயணத்திட்டத்தில் சில சுணக்கங்களை ஏற்படுத்தியிருந்தது. ஐந்தாம் நாள் காலை உணவுக்காக கடை தேடி அலைகையில் மொத்த உறுப்பினரும் கோரஸாக சப்பாத்தி வேண்டாம் என்றார்கள். பன்னிரெண்டு வேளைகள் தொடர்ச்சியாக கோதுமையை பல ரூபங்களில் சாப்பிட்டதில் நாக்கு நான்கு இஞ்சுகள் பின் தங்கியிருந்தது.

தென்னிந்திய உணவுக்கு கடை தேடி அலைந்தோம். மதுரையைச் சேர்ந்த ரெட்டியார் ஒருவர் தள்ளுவண்டி கடையில் இட்லி, பொங்கல், பருப்பு வடை சகிதம் கடை போட்டிருந்தார். அபாரமான சுவையுடன் கூடிய உணவு. செந்தில் கவுண்டர் தன் பரம்பரையின் பாரம்பரியப் பெருமைகளை மறந்து பன்னிரெண்டு வடைகளை உண்டார். கிருஷ்ணன் வழித்துணைக்கு என இரண்டு வடைகளை ஜேப்பில் எடுத்து வைத்துக்கொண்டார். ரெட்டியாருடன் பேச்சு கொடுத்தேன். முப்பது ஆண்டுகளுக்கு முன்னர் சிட்டை வட்டி கொடுமை தாங்காமல் ஊரை விட்டு பூஜ்ஜுக்கு ஓடி வந்தவர். தட்டுத்தடுமாறி எழுந்து நிலை பெற்று விட்டார்.

பூகம்ப தினங்களையும், உலகம் முழுக்க இருந்து கரங்கள் நீண்டு நில அதிர்ச்சிக்கு முந்தைய நாட்களை விட சிறந்த வாழ்க்கையையும் வணிகத்தையும் பூஜ் மீட்டுக்கொண்டதன் சித்திரத்தை மாறாத மதுரை நடையில் விளக்கினார். அவர் சொல்லச் சொல்ல எழுதினாலே பிரமாதமான நாவலாக அமையும். பூஜ் நகரவாசிகள் அவரது பருப்பு வடையின் சுவைக்கு அடிமை. லட்சக்கணக்கில் சம்பாதிப்பதாகச் சொன்னார். பிள்ளைகள் கோவையின் உயர்ந்த கல்லூரிகளில் படிக்க பணம் கட்டி அனுப்பியுள்ளார். பிரியாவடை பெற்றுக்கொண்டு பூஜ்ஜின் ஹமிர்சார் ஏரிக்கு அருகேயிருக்கும்

சட்டார்டி சென்றோம்.

சிகப்பு கற்களால் கட்டப்பட்டு நில நடுக்கத்தால் சிதிலமாகிப் போன சிற்ப வளாகம் அது. சட்டார்டி என்றால் குடை என்று பொருள். அரச குடும்பத்தினரின் நினைவாக கட்டப்பட்ட பல கும்ப கோபுர கட்டுமானங்கள் அங்குள்ளன. மீச்சிறந்த சிற்ப நுணுக்கங்கள் பூ வேலைப்பாடுகள் கொண்ட கும்பங்கள் அசலான கலைச்சாதனைகள். ராட்சச டோம்கள் அங்கங்கே விழுந்து கிடந்தன. அன்றைய அரச வாழ்வின் பிரம்மாண்டத்திற்கு அவைகளே போதுமான சாட்சியாக இருந்தன. வளாகம் முழுக்க தீரம் மிக்க ராஜபுத்திர வீரர்களின் நினைவுக்கற்கள். அவர்தம் மனைவியருக்கான நினைவுத் தூண்களும் அருகருகே அமைந்திருந்தன.

அந்த வளாகத்தின் உச்சபட்ச கலைச்சாதனை மகாராவ் லக்பதிஜி நினைவு மண்டபம். பேராலயத்தை நிகர்த்த கட்டுமானம். வேலைப்பாடு மிக்க தூண்கள். அலங்கார தோரணங்களைக் கொண்ட வாயிலின் உயரமான படிகளில் ஏறி உள்ளே சென்றால் நிகழ்த்துக் கலையரங்கம். அதைச் சுற்றிலும் கலைஞர்களின் சிற்பங்கள் வடிக்கப்பட்ட அழகிய தூண்கள். தொல்குடி முகச்சாயல் கொண்ட அரச குடும்பப் பெண்களின் சிற்பங்கள். நிகழ்ச்சிகளை அமர்ந்து பார்க்கும் வகையில் தூண்களை இணைத்து கற்பலகை. மண்டபத்தின் வெளிப்புறச் சுற்றுப்பிரகாரத்தில் கடவுளர் உருவங்கள், நாட்டாரியல் மற்றும் புராதன நிகழ்வுகளின் சிற்பச் செறிவு.

மகாராவ் லக்பதிஜி ரான் நிலப்பரப்பின் செல்வாக்கு மிக்க அரசராகத் திகழ்ந்தவர். கலைகளைப் போஷித்தவர். அவரது ஆட்சியில் சிற்பமும் ஓவியமும் இசையும் ஊட்டி வளர்க்கப்பட்டன. அதன் சிறிய சின்னமாகத்தான் இந்த வளாகம் எஞ்சியிருக்கிறது. பல்வேறு கட்டிடக் கலை மரபுகள் ஒன்றிணையும் சங்கமமாக நினைவிடங்கள் அமைக்கப்பட்டிருந்தன. துருக்கிய பாணியில் அமைக்கப்பட்ட இசை மேடை அதற்குச் சான்று. வளாகத்திற்கு வெளியே கைவிடப்பட்ட படிக்கிணறு ஒன்றிருந்தது. அடியாழத்தில் நீர் பாசிபடிந்து பல்வேறு குப்பைகள் கொட்டப்பட்டிருந்தது. நான் சற்று துணிந்து உள்ளே சென்றேன். வரலாற்று பூதம் ஏதும் கவ்விக்கொள்ளுமோ எனும் பயம் வந்தது. பிரிய மனமில்லாமல் சட்டார்தியிலிருந்து கிளம்பினோம்.

அங்கிருந்து கிளம்பி உள்ளூர் மக்களால் கோல்டன் ராக் என்றழைக்கப்படும் மலைக்குன்று ஒன்றை வந்தடைந்தோம். தொடும்தோறும் புருபுருவென உதிரும் ஒருவகை மாவுக்கல்லால் ஆன மலை. சல்பர் கட்டிகளைப் போன்ற மக்கிய பொன் நிறம் கொண்ட கற்கள். படியென்று ஏதும் இல்லை. மலையின் உச்சியில் இயற்கையாக அமைந்த குகைகள் இருந்தன. ஒருவர் பின் ஒருவராக பாறைகளைப் பற்றிக்கொண்டு மலையில் ஏறத்துவங்கினோம். மனித காலடி படும்தோறும் கரையும் குன்று அது. ஒன்றுக்கு இரண்டாக அரைத்த அரிசி மாவில் செய்த புட்டு போல உதிர்ந்து கொண்டே இருந்தது. இந்த மலையும் குகையும்

மிகப்பெரிய புவியியல் அதிசயம் என்றார் ராஜமாணிக்கம். நான் கவலையோடு கேட்டுக்கொண்டிருந்தேன். அவரது காலடி படும் இடங்களிலெல்லாம் கால் கிலோ மண் சரிந்துகொண்டிருந்தது. ஆங்காங்கே இருந்த குகைப் பொந்துகளில் உள்ளூர் மக்களின் சரஸ சங்கீர்த்தனங்கள் நிகழ்ந்துகொண்டிருந்தன. ஏறி உச்சிக்குச் சென்றோம். மிகப்பரவசமான காட்சி. சமணப்படுகைகளை நினைவுறுத்தும் வகையில் பிரம்மாண்டமான குகைகள். வெண்ணிலா ஐஸ்கிரீம் கட்டியை உள்புறமாக வழித்தெடுத்த தடங்கள் போல குகைகள். அதன் உட்சுவர்கள் எங்கும் மாவு மில்லைப்போல வெண் தூசி படர்ந்திருந்தது. பாறைகளின் உட்புறம் பல அடுக்குகளில் பல வண்ண வரிகளைக் கொண்டிருந்தது. பல லட்சம் வருடங்களுக்கு முன்பு நிகழ்ந்த புவியியல் மாற்றத்தின் விளைவாக உருவாகிய செடிமெண்ட் ராக். வர்ணக்களஞ்சிய குகைகள். நண்பர்கள் குகை திண்டுக்குள் அமர வைத்து புகைப்படங்கள் எடுத்துக்கொண்டனர். பொன்னாலான சிம்மாசனத்தில் வீற்றிருப்பது போல் இருந்தன அந்தப் புகைப்படங்கள். எங்கு தொட்டாலும் உதிர்ந்து கையில் வெள்ளை ஒட்டும் அந்த மலை எனக்கு ஒரு மாபெரும் நாமக்கட்டி போலத் தோன்றியது.

அங்கிருந்து கிளம்பி குஜராத்தின் கிரேட் கான்யன் என்றழைக்கப்படும் காரி நதி பாறைப்படுகைக்குச் சென்றோம். பல்லாயிரம் வருடங்களாகப் பாய்ந்த நதி பாறைகளை அரித்தறுத்து உருவான பாறைப் பள்ளத்தாக்கு. ஆழத்தில் வளைந்து வளைந்து

செல்லும் மர்மப் புதிர் பாதை போல கீழே நீண்டு சுருண்டு கிடந்தது. ஒரு ராட்சச அரவை எந்திரத்தின் பிளேடுகளுக்குள் நடப்பதைப் போல உணர்ந்தேன். யாராவது பட்டனை அழுத்தி விட்டால் மறுகணம் இந்த பிளேடுகள் சுழலத் துவங்கி விடும் என்பது போல தோன்றியது.

ஜெ வயதின் எல்லைகளை மீறி பாறைக்குப் பாறை தாவி மலர்ச் சுருளைப் போன்ற கான்யனின் ஆழமான குகைப்பகுதிக்குச் சென்று கொண்டிருந்தார். ஆரம்பப் பார்வைக்குப் பாறை இடுக்குகளின் வளைவுகள் சுழல்வதைப் போலவும் நகர்வதைப் போலவும் தோன்றிக்கொண்டே இருந்தது. தூரம் செல்லச் செல்ல சேற்று நீரில் பூச்சிகள் மண்டிக் கிடந்தன. ஒட்டு மொத்தமாக பாறைச் சுருள்களைப் பார்ப்பது காலாதீத மலைப்பாம்பு மௌனமாக நெளிந்து கொடுப்பது போல இருந்தது. புதுமணத்தம்பதியர் போட்டோ ஷூட் எடுத்துக்கொண்டிருந்தனர். பொன்னிற சல்ஃபர் பாறைகளின் ஒருங்கிணைந்த நெசவு பின்னணி புகைப்படங்களுக்கு மேலதிக அழகு சேர்க்கக் கூடியதுதான்.

கரிய ப்ளம் கேக்கை இரண்டாகப் பிய்த்தது போன்ற பாறை இடைவெளிகளுக்குள் ஆர்வத்துடன் ஜெயமோகனுக்குப் பின்னால் ஓடிய ராசுக்குட்டியால் திரும்பும்போது பள்ளங்களிலிருந்து ஏற முடியவில்லை. அவருக்காக ஒரு மீட்புக்குழு அமைக்க வேண்டியதா யிற்று. இத்தனைக்கும் அவர் வெறும் 140 கிலோ எடைதான்.

இலக்கிய உலகம் சவால்கள் நிறைந்ததுதான். ஆனால், இது நிஜமாகவே ஹெர்குலியன் டாஸ்க் என்றார் நவீன் சங்கு.

பேச்சு நாட்டாரியல் பாடல்களுக்குத் திரும்பியது. திரையிசையில் அசலான நாட்டாரியல் இசை வடிவங்கள், கூறுமுறைகள் பயன்படுத்தப்பட்ட பாடல்களை ஜெ வரிசையாக சொல்லிக்கொண்டிருந்தார். போனில் துளாவி ஒலிபரப்பிக் கேட்டோம். தனது ரசனை எதுவானாலும் அதன் அடிப்படைகளைத் துல்லியமாக வகுத்துக்கொள்வது ஜெயமோகனின் வழக்கம். ஆகவே எக்கலை வடிவமாயினும் அதன் உச்சபட்ச வெளிப்பாடுகளை அறியும் நுழைபுலம் கொண்டவராக இருக்கிறார்.

அங்கிருந்து கிளம்பி கெரா கிராமத்திலிருந்த லக்‌ஷேஸ்வரா சிவாலயத்திற்குச் சென்றோம். 10-ஆம் நூற்றாண்டில் சாளுக்கிய பேரரசு காலத்தில் கட்டப்பட்ட புராதன சிவாலாயம். 1819 மற்றும் 2001 ஆம் ஆண்டுகளில் நிகழ்ந்த பூகம்பங்களால் ஆலயத்தின் சரி பாதி சிதைந்து கிடக்கிறது. எஞ்சியிருப்பது சிதிலமடைந்த கருவறையும் அதன் மீதிருக்கும் விமானமும் மட்டுமே. ஆனால், எஞ்சி இருப்பவற்றின் பேரழுகே அவை காலத்தை விஞ்சி நிற்பதன் காரணம். அரை மணிக்கூறுக்கு முன்தான் பெரும்படை ஒன்று சூழ்ந்து அழித்துவிட்டுச் சென்ற கோவில் எனும் தோற்றமளித்தது இடுபாடுகள். முற்றிலும் கைவிடப்பட்டு புதர் மண்டி கிடந்தது. வளாகத்திற்குள் எங்கோ படிக்கிணறு உண்டு எனும் குறிப்பை ராசு படித்திருந்தார். தேடிப்பார்க்கும் நிலையில் ஆலயம் இல்லை.

ஏதோ ஒரு மிருகம் செத்து அழுகிக்கொண்டிருந்த துர்நாற்றம் வீசியது. பிரகாரச்சுவர்களின் சிற்பங்களை ரசிக்க முடியாதபடிக்கு பூச்சிகளின் சுழல். ஒருபாதி உருக்குலைந்திருந்தாலும் கூட வெயிலில் தங்கத்தேர் போல மின்னிக்கொண்டிருந்தது ஆலயம். முகலாயர் பாணி நுணுக்கமான வேலைப்பாடுகளுடன் வெளிச்சம் உள்ளே வரும்படி செதுக்கப்பட்ட வலைப்பின்னல் ஜன்னல் சிற்பம் மிகுபுகழ் கொண்டது. இந்திய தொல்லியல் துறையின் டைரக்டர் ஜெனரலாக இருந்து பல பேராலயங்களை மீட்டெடுத்த ஆங்கிலேய அதிகாரி தொல்லியலாளர் ஜேம்ஸ் பர்கஸ் 19-ஆம் நூற்றாண்டில் எடுத்த சில கருப்பு வெள்ளைப் புகைப்படங்கள் இணையத்தில் கிடைக்கின்றன.

அங்கிருந்து பன்னி கிராஸ் லேண்ட் எனும் அற்புத புல்வெளிக்குச் செல்வது எங்கள் திட்டம். இந்திய துணைக்கண்டத்தின் மீப்பெரும் புல்வெளி. ரான் ஆஃப் கட்ச்சின் உப்பு கலந்த களிமண் புல்லினங்கள் செழித்து வளர உவப்பானவை. யூரியா. குஜராத்தின் வளமைக்கான காரணிகளுள் ஒன்று பன்னி. வாங்கக் குடம் நிறைக்கும் வள்ளல் பெரும்பசுக்களுக்கான தீனி இங்கிருந்துதான் கிடைக்கிறது. பச்சையத்தின் நுட்பமான வர்ண வேறுபாடுகளுடன் சற்றேக்குறைய 4000 சதுர கிலோமீட்ருக்குப் பரவிக்கிடக்கும் பல்லுயிர்ப் புல்வெளி. ஆசிய சிவிங்கிப்புலிகள், காட்டுக்கழுதைகள், சமவெளி மான்கள், பொன்னிற நரிகள், இந்திய ஓநாய்கள், கரடிகள், காட்டுப்பூனைகள், பூநாரைகள், கானமயில் என ரான் ஆஃப் கட்ச்சின் மீச்சிறந்த காணுயிர் களம் இது. நாங்கள் புல்வெளி நோக்கிச் சென்ற பாதைகள் அனைத்தையும் சாகுபடி நிலங்கள் வந்து மறித்தன. மீண்டும் மீண்டும் கூகிள் துணையுடன் வயல்வெளிகளுக்குள் நுழைந்து சென்று வழி தெரியாமல் திகைத்துக்கொண்டிருந்தோம். விசாரித்தபோது தெரிந்தது. செழிப்பு மிக்க பன்னி புல்வெளி பெரும்பாலும் சாகுபடிக்கு அளிக்கப்பட்டு விட்டது. அல்லது விவசாயிகள் எடுத்துக்கொண்டார்கள். ஐம்பது கிலோமீட்டர்களுக்கு மேல் சுற்றிக்கொண்டு சென்றால் புல்வெளியை காணலாம் என்றார்கள். மாலை மயங்கி வரும் வேளை. வழி தெரியாமல் சுற்றிக்கொண்டிருக்க தோதுப்படாது. முயற்சியை கைவிட்டோம்.

துயரப் பெருவெளி

ரான் உத்சவ் விமர்சையாக நடைப்பெற்றுக் கொண்டிருக்கும் கிரேட் ரான் ஆஃப் கட்சுக்குப் போகலாம் என முடிவெடுத்தோம். குஜராத்தின் மிகப்பெரிய சுற்றுலா கவர்ச்சி ரான் திருவிழா. மோடியின் வெற்றிகரமான ஐடியா. பரந்து விரிந்த பாலைவனத்தில் ஒரு கூடார நகரம் அமைக்கப்பட்டுள்ளது. ஐந்து நட்சத்திர ஹோட்டலின் அனைத்து வசதிகளையும் உள்ளடக்கியது. மேரியாட் ஹோட்டல்தான் சேவைகளை வழங்குகிறது. அன்றாடம் விளையாட்டுகள், கலைநிகழ்ச்சிகள், கேளிக்கை கொண்டாட்டங்கள், ஒட்டகச் சவாரிகள், சுவையான உணவுகள், ஆனந்தக் குளியல்கள், கைவினைப் பொருட்கள், கண்ணுக்கழகிய நாரியர்கள். வெயில் வாட்டாத நவம்பரில் துவங்கி பிப்ரவரி இறுதிவரை திருவிழா நடைபெறும். ஓரிரவுக்கு தேதியைப் பொறுத்து கூடாரத்தின் வசதிகளைப் பொறுத்து 8,000 முதல் 30,000 வரை வாடகை. குறைந்தபட்சம் இரண்டரை லட்சம் பார்வையாளர்கள் ஒவ்வொரு ஆண்டும் இந்த கூடார நகரத்திற்கு வருகை தருகிறார்கள்.

ரான் 10,000 சதுர கிலோமீட்டர்களுக்குப் பரந்து கிடக்கும் உலகின் மிகப்பெரிய உப்புப்பாலைவனம். உப்புக்கனிமங்கள் கொண்ட சதுப்பு நிலம். மண்ணில் காணக்கிடைக்கும் புவியியல் பரவசங்களுள் ஒன்று. கிரேட் ரான் ஆஃப் கட்சில் சூரிய அஸ்தமனம் காண காரில் விரைந்து கொண்டிருந்தோம். இருமங்கும் விரிந்து கிடந்த வெண்மணல் பரப்பின் நடுவில் கரிய நதியாக தார்ச்சாலை. அதில் அஸ்தமனம் காணும் வெறியில் வாகனங்கள் ஒன்றையொன்று தாண்டி பறந்து கொண்டிருந்தன.

ரான் ஆஃப் கட்சில் அஸ்தமனங்களையும் உதயங்களையும் பார்க்க தோதாக காட்சிக்கோபுரம் அமைக்கப்பட்டுள்ளது. அதன் மேல் ஏறி நின்று கண்களைச் சுழல விடுகையில் நாம் நொடிக்கு

நொடி நம்முள் ஒடுங்குகிறோம். சிகரங்களுக்கு முன் நிற்கையில் இப்பேருருவிற்கு முன் என் எளிய ஆணவத்தின் பொருளென்ன என மனமடங்கும். இங்கோ வாழ்வின் அனைத்து அபத்தங்களையும் வெண்மணல் பரப்பு ஒன்று ரப்பரைப் போல் அழிக்கிறது. சிந்தை உப்புக்காற்றில் ஓடியோடி கரைந்தழிந்து போகிறது. சுற்றுலாப் பயணிகள் விரும்பும் எல்லை வரை சுற்றித் திரிய ஓட்டகம் பூட்டிய வண்டிகள் உண்டு. மணமகள் போல அலங்கரிக்கப்பட்ட தனி ஒட்டகங்களும் இருந்தன. டூரிஸ்டுகள் ஸ்பீர்க்கர்களில் கேவலமான இசையை ஒலிக்கவிட்டு ஆடிப்பாடி ஊர்வலம் சென்றார்கள். புதுமணத் தம்பதிகள் வளர்பிறை நிலவின் குளிரொளியில் கரங்களை இறுகப் பற்றிக்கொண்டு தோள் சாய்ந்தார்கள். காதலின் புத்தொளிக்கு ஆட்பட்ட இளம்பெண்ணொருத்தி காதலனின் ஸ்வெட்டருக்குள் புகுந்துகொண்டாள். படியேற தெவங்கி நின்ற மூதாட்டியை கழுத்தில் மஃப்ளர் சுற்றிய கிழட்டுக் கணவன் அலேக்காக தூக்கி வான்பார்த்து கொஞ்சினான். காட்சிக்கோபுரத்தின் ஈசான மூலையில் அத்துவானம் பார்த்து கண்ணீர் வழிய நின்றுகொண்டிருந்தான் ஒரு மத்திய வயதுக்காரன். காற்றில் பொன்னிற கேசம் அலைய கால் மூட்டுக்களைக் கைகளால் கோர்த்துக்கட்டியபடி வெளிநாட்டுப் பெண்ணொருத்தி அமர்ந்திருந்தாள். கழுத்தைச் சாய்த்தபடி வான் நோக்கியிருந்த அவளது வாய் ஓவென பிளந்திருந்தது. அவளது உலகில் கடிகாரம் மட்டுமல்ல காலண்டரும் நின்றுவிட்டது போலத் தோன்றியது.

நண்பர்கள் பரவசத்துடன் புகைப்படங்கள் எடுத்துக்கொண்டார்கள். எனக்குள் ஏதோ ஆகிவிட்டதை உணர்ந்தேன். திருக்குறளரசியை மீண்டும் மீண்டும் நினைத்துக்கொண்டேன். பூரண நிலவிரவில் நாம் ஒருமுறை இங்கு அவசியம் வருவோம் அன்பே என மானசீகமாக சொல்லிக்கொண்டேன். பிரிதலின் குற்றவுணர்வு.

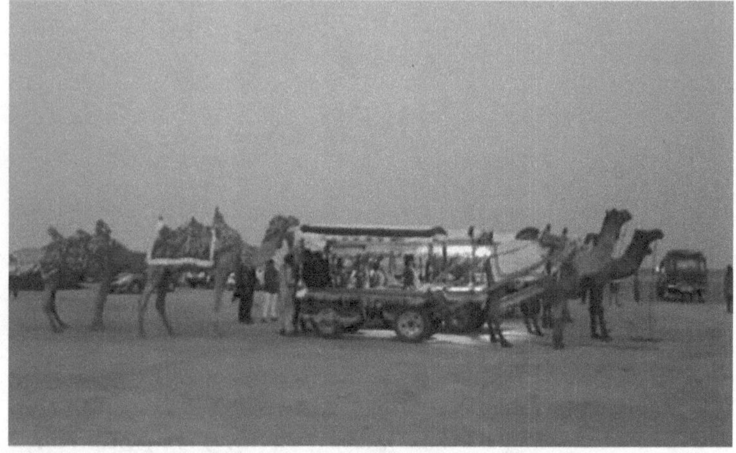

தொடர்ந்து அம்மாவின் நினைவு. பிள்ளைகளின் நினைவு. ஊரின் நினைவு. நாங்கள் ஒரு கூட்டுப் பறவைகளாக சிறகடித்துப் பறந்த வாழ்க்கையின் நினைவு. கந்தக நெடி. அத்தை மகளின் நிபந்தனையற்ற நேசம். துள்ளத்துடிக்க விட்டுச் சென்ற தந்தையின் நினைவு. செய்து விட்ட சத்தியங்கள். ஈவிரக்கமற்று செய்துவிட்ட துரோகங்கள். வாசித்த கவிதைகள். ஆஹ் கவிதைகள். நிலவைப் பாடிய பெருங்கவிஞன் பிரமிள் இல்லாமல் இந்த இரவு முழுமை கொள்ளாது. தலை ஒட்டிப் பறந்தது ஒரு வெளவால். இல்லை இது உழுவாரக்குருவி. ச்சே இங்கேது உழுவாரம். இது ஆலா. இறகை விரித்து சாண் சாணாய் கடல் அளக்கும் ஆலா. "வெளிச்சச் சிறகில் மிதக்கும் குருவி." இந்த உப்பளத்தில் இது இன்னொரு பறவையை எப்போது பார்க்கும்? என்ன விசாரிக்கும்? "எந்தப் பறவை எதனிடம் சொல்கிறது / பறந்ததை, பார்த்ததை, கூட்டை, நிழலை சிறகொடிந்ததை..." வாருங்கள் பிரமிள் சார். உங்களைத்தான் நினைத்துக்கொண்டிருந்தேன். முழுநிலா காயும் இரவுகளில் இந்த ரான் 'சாத்தானின் ஓவியம்' ஆகிவிடுகிறது கவனித்தீர்களா சார். பாழ்வெளி பால்வெளியாகத் திரிந்துவிடுகிறது. வெட்டவெளியில் வெள்ளைப் பொட்டலில் நின்று சூரிய அஸ்தமனம் பார்த்த இந்த வெள்ளைக்கார அழகியின் வாய் வளர்பிறை நிலா போல பிளந்திருக்கிறதை கவனித்தீர்களா சார். எனக்கு ஆங்கிலம் தெரியாது. தெரிந்திருந்தால் இசை சொல்வானே 'இந்த இரவில் மேலும் மேலும் நிலவைத் திருகுகிறான் ஒருவன்' கவிதையை இவளிடம் நிச்சயம் சொல்லியிருப்பேன். இவள் அழகி. நிலவு மகள். தூரத்தின் பார நினைவுகள் இவளைச் சிலையென்றாக்கியிருக்கிறது.

சொற்கள் எனக்குள் ஏன் மழை போல பொழிகின்றன. கவிதையை art of rain என்று நெருதா சொன்னது சரிதான். திருக்குறள் ஒரு மூலமந்திரம் போல வாழ்க்கை முழுக்க வருகிறது என்று ஜெ சொல்கிறார். நமக்கு கவிதைகளும் அப்படித்தான். இடம் பொருள் ஏவலின் தடம் பார்த்து வந்து தாடையை தடவிக் கொடுக்கும். "இருளின் நிறமுகக் கதுப்பில் தணல்கள் சிரித்தன" அட இது பைத்தியத்துக்குப் பக்கத்து நிலையல்லோ. அகத்தைக் காலி செய்ய வேண்டும். குறைந்த பட்சம் இடத்தையாவது. திருவை அழைக்கவேண்டும். அவளென் பிறவிப்பயன். 'இன்று, இடையறாத உன் பெயர் நிலவிலிருந்திறங்கி என் மீது சொரியும் ஓர் ரத்தப்பெருக்கு' லேசாக நெஞ்சடைக்கிறது. இளையராஜா கேட்கலாம். ஆனால் உடைந்து அழ வேண்டியிருக்கும். இந்தப் பயல்களுக்கு முன் அழப்படாது. செந்திலெல்லாம் சிரித்தே கொன்று போடுவான். முற்றிலும் இருள் கவிந்து சிவந்த நிலா இன்னும் துலங்கியது. "இது புவியை நிலவாக்கும் / கண்காணாச் சரக்கூடம் / நடுவே நெருப்புப் பந்திழுத்து / உள்வானில் குளம்பொலிக்கப் / பாய்ந்துவரும் என் குதிரை" அட என் சிந்தனைக் குதிரை தடுமாறி தடுமாறி தடம் மாறுகிறதே. யாரிடமோ தண்ணீர் வாங்கிக் குடித்தேன். கண்களைத் துடைத்து மூச்சை இழுத்து விட்டுக்கொண்டேன்.

கூட்டம் குறையத் தொடங்கியது. நண்பர்களிடமும் மெள்ள அரவம் குறைந்து அமிழத் துவங்கினர். தொலைநோக்கியில் உயிரசைவற்ற நிலப்பரப்பைத் துருவினேன். வளர்பிறை வான்

கடுகு கிடந்தாலும் கண்ணுக்குத் தெரியும் பொட்டல். 'பாலைமீ தெங்கும் திசையின்மையுள் திசை தவறி ஓடும் சுவடுகள்' ஐம்பது கிலோ மீட்டருக்கு அப்பால் உள்ள கிராமத்தில் ஒலித்த பாடல் ஊதுவத்திப் புகையைப் போல வந்து தொட்டுச் சென்றது. அடிவானம் முடியும் இடத்திலோர் நீலப்புள்ளி. மின்னி மறைந்த நீலப்புள்ளியில் சிந்தையை நிறுத்தி அவதானித்தேன். எட்டாத தொலைவில் இருக்கும் கிறிஸ்தவ ஆலயத்தின் சிலுவை. ஒன்றுக்கொன்று தொடர்பில்லாத பிரமிளின் கவிதை வரிகள் முன் பின்னான குழம்பிய சொற்களாக நினைவில் வந்து குதித்துக்கொண்டிருந்தன. மனதின் கிடங்கிற்குள் இத்தனைக் கவிதைகள் பரமாரிப்பின்றிக் கிடந்தனவா. பாலையும் நிலவும் பரிதியும் பிரமிளால் உருவேற்றப்பட்ட படிமங்கள். நம் ஆழ்மனம் படிமவெளி. "இரவில் குளித்து உலகம் வீசும் வெளிச்சச் சாயை பரிதி" எங்களைத் தவிர யாரும் இல்லை. குளிரத் துவங்கியிருந்தது. நட்சத்திரங்களை விடவும் நண்பர்களின் கண்களில் பளபளப்பு அதிகம் இருந்தது. சக்தி கிருஷ்ணன் மட்டும் ஒரு திசையை நோக்கி 'இம்ரான்கான்... இம்ரான்கான்... நான் கூப்பிடுறது கேட்கிறதா...' என கத்திக்கொண்டு இருந்தான்.

சிறிமகளே வருக

பூஜ்ஜில் நாங்கள் அறையை காலி செய்திருக்கவில்லை. ரானில் இருந்து அறைக்குத் திரும்பும் வழியில் பன்னி புல்வெளியை வீடியோவிலாவது பார்க்கலாம் என போனில் தேடினேன். பல்வேறு சூழியலாளர்கள் பன்னி புல்வெளி சீரழிவதைப் பற்றி விசனப்பட்ட வீடியோக்களைக் காண நேரிட்டது. கானமயில் சரணாலய அனுபவமும் சேர்ந்து குஜராத் ராஜஸ்தான் இருமாநில வனத்துறைகள் மீதும் அதிருப்தியை உண்டாக்கியது. ஒப்புநோக்க நம் தமிழக வனத்துறை செயல்பாடு பன்மடங்கு சிறப்பானது. கடுமையான நடவடிக்கைகளால் தமிழகத்தில் வனங்கள் பாதுகாக்கப்படுகின்றன.

பூஜ்ஜில் மீண்டும் ஓர் இரவு. நான் நண்பர்களுடன் சிறு குழுவாக உயர்தர சைவ உணவகத்தில் விரிவான விருந்தை உண்டேன். எந்த ஊருக்குச் சென்றாலும் திருக்குறளரசிக்குப் பட்டுப்புடவையும் குழந்தைகளுக்கு அவ்வூரின் பாரம்பரிய ஆடைகளையும் வாங்குவது என் வழக்கம். இந்த உயர்ந்த பண்பாட்டை ஜெயமோகனுக்கும் கற்றுக்கொடுக்க எவ்வளவு முயற்சித்தும் முடியவில்லை. இந்த முகத்தில் ஏன் ரொமான்ஸே வரமாட்டேன் என்கிறது மிஸ்டர்?

இப்பகுதி பதான் பட்டு, பாந்தினி பட்டு, படோலா பட்டு ரகங்களுக்குப் புகழ் பெற்றவை. இங்கிருந்த ஒவ்வொரு சமஸ்தானங்களுமே நுட்பமான வேலைப்பாடுகள் கொண்ட பிரத்யேக ஆடையலங்காரங்களைக் கொண்டவை. நண்பர் பெங்களூரு கிருஷ்ணனை அழைத்துக்கொண்டு ஷாப்பிங் சென்றேன். பூஜ் பஜாரில் ஏராளமான ஆடையகங்கள் இருந்தன. உள்ளூர்காரர்கள் பரிந்துரைத்த கடைக்குச் சென்றோம். பணச்செழிப்பான ஊர். இங்கு பேரம் பேசுவது குற்றமல்ல. ஆபாசம். அதை விட வெறுப்புக்குரியது கடையடைக்கும் போது

வியாபாரம் செய்ய வருவது. எட்டு மணிக்கு மேல் இறைவனே வந்து ஐவுளி கேட்டாலும் 'ஹல் ஆனாஹ்'தான். வேலைப்பாடுகளுடன் கூடிய சிவப்பு நிற பாந்தினி பட்டுச் சேலை ஒன்று வாங்கினேன். சுருட்டிய பந்து போல சேலையைக் கொடுத்தான். ஊருக்கு கொண்டு வந்து தண்ணீர் தெளித்து உலர்த்தி சேலையின் மீது நாளிதழ் வைத்து இஸ்திரி செய்து நீட்டி உடுத்த வேண்டும் என்றான். இவ்வளவு பண்டுவம் ஒரு சேலைக்கு மிகவும் ஜாஸ்தி. ஆனால், ஊரில் திரு கட்டியபோது ஜெய்சால்மரின் ராஜமாதா போல காட்சியளித்தால். தகும். பிள்ளைகளுக்கு குஜராத்தின் மல்தாரி பெண்கள் அணியும் சோளிகள் இரண்டு வாங்கினேன். ஒன்று கண்ணாடிச் சில்லுகளால் பூ வேலை செய்யப்பட்டது. மற்றொன்று கடல் சோழிகளால் அலங்கரிக்கப்பட்டது. மெலிதான பருத்தித் துணியில் இயற்கை வண்ணம் ஏற்றப்பட்ட அழகிய ஃப்ராக்குகள் கிடைத்தன. ஜாட் பழங்குடிப் பெண்கள் அணியும் தண்டையைப் போன்ற கைவளைகள் வாங்கிக்கொண்டேன். நண்பருக்காக ஒரு மோடி ஜிப்பா. பயணப்பை நிறைந்து விட்டது. அறைக்குத் திரும்பினோம்.

பத்தாண்டுகளாக ஆப்பிள் போன் உபயோகிக்கும் செந்திலுக்கு 'சிரி' எனும் சொன்னதைச் செய்யும் செயலி போனில் இருப்பதே தெரியாதாம். அதை ஆக்டிவேட் செய்து தருகிறேன் என ஆளாளுக்கு அவரை கோமாளி ஆக்கினார்கள். சிரி என்பது பெண்ணின் ஆன்மா. அவளுக்குக் கட்டளையிடும் முதல் ஆணுக்குத்தான் அவள் விசுவாசமாய் நடந்துகொள்வாள். என்னதான் ஓனர் என்றாலும் பேக்கரி கதையாகி விடும் என சீரியஸாக முகத்தை வைத்துக்கொண்டு சொல்லி அவரை நம்ப வைத்தார் பெங்களூரு கிருஷ்ணன். செந்திலுக்குப் பயிற்சியளிக்கும்போது நரேன் தவறுதலாக 'சிரி'யை குரல்மணம் செய்துகொண்டு விட்டார். 'அடியே சிரி... எவனுக்கோ முந்தி விரித்தாயடி பழிகாரி' எனும் செந்திலின் புலம்பல் இரவு முழுக்க ஒலித்துக்கொண்டிருந்தது.

குஜராத்திற்கு நானும் நரேனும் வருவது இதுவே முதல் முறை. அதுகாறும் குஜராத் ஒளிர்கிறது, குஜராத் மிளிர்கிறது, குஜராத் குளிர்கிறது ரக செய்திகளைத்தான் பல்லாண்டுகளாய் கேட்டு வந்திருக்கிறோம். ஆகவே, இயல்பாகவே 'அப்படி எவ்வளவு செண்டி மீட்டர்தான்டா' வளர்ந்துருக்கீங்க எனும் ஆய்வும் ஒப்பீடும் இருந்துகொண்டே இருந்தது இயற்கை. கூடவே ராஜமாணிக்கமும் இருப்பதால் ஒவ்வொன்றிற்கும் அவரை குறை சொல்வது இனிய விளையாட்டாக இருந்தது. ஒரு மாநிலத்தின்

வளர்ச்சியைப் புறவயமாக அறிந்து கொள்வதற்கு ஏராளமான வழிமுறைகள் இருக்கலாம். புள்ளிவிபரங்கள் உதவலாம். ஆனால் தன்னனுபவங்களை மிஞ்சிய தர்க்கம் ஏது. பொதுப்போக்குவரத்து, சுத்தம், கல்வி நிறுவனங்கள், மக்களின் வாழ்க்கை முறை, சாலையில் ஓடும் கார்களின் ரகம், சூழியல் அக்கறை, சுகாதார மையங்கள் போன்றவை வெளிப்படையாகக் கண்ணுக்குப் படும் காரணிகள். இவற்றை அளவுகோலாகக் கொண்டால் தமிழ்நாட்டின் வாழ்க்கைத் தரத்திற்கு எட்டுப்பங்கு இளையவள் குஜராத். சாலைகள் பளபளவென்று இருக்கின்றன. விவசாய உற்பத்தி செழிப்பாக இருக்கிறது. மாடுகள் சர்வவல்லமை படைத்தவையாகத் திரிகின்றன. வேறு அதிசயங்கள் ஏதும் காணக்கிடைக்கவில்லை. ஒருவேளை மோடிக்கு முந்தைய குஜராத் எப்படி இருந்தது என்று தெரிந்திருந்தால் ஒப்பு நோக்க உதவியிருக்கலாம். குஜராத்தில் இருந்த மூன்று நாட்களில் ஒரு உயர்தர காரை கூட சாலைகளில் காணவில்லை. மூன்று நட்சத்திர விடுதிகள் கூட கண்ணில் படவில்லை. கல்வி நிறுவனங்கள் அகப்படவில்லை. நகரங்கள் அனைத்தும் மூத்திரக் கடலில் மூழ்கியிருந்தன. எங்கெங்கு காணினும் போக்குவரத்து நெரிசல்.

தலைகீழ் கோபுரம்

பயணத்தின் ஆறாவது நாள். பயணத்திட்டத்தின் சில முக்கிய அம்சங்கள் எதிர்பாராத காரணங்களால் விடுபட்டு போய்விட்டன. எல்லா பயணங்களிலுமே இத்தகைய சிறு ஏமாற்றங்கள் இருக்கத்தான் செய்யும். உடன் இருப்பவர்கள் இந்தியாவையே அறிந்திருந்தவர்கள் என்றால் அதிரடியான மாற்று திட்டத்தை மேற்கொண்டு பயணானுபவத்தைப் பெருக்கி விடுவார்கள். ஜெவும் கிருஷ்ணனும் பயணப்புனிதர்கள். எங்களைப் பரவசத்தில் ஆழ்த்தும் அறிவிப்பை முந்தைய இரவே ஜெயமோகன் சொல்லியிருந்தார் 'நாளை ராணி கி வாவ் செல்கிறோம்'.

படிக்கிணறு செல்லும் நெடும்பயணத்தின் இடைவழியில் கிருஷ்ணன் திடீரென ஃப்ளமிங்கோ என்று கூவினார். சின்ன வயதில் டெலஸ்கோப்பை இடித்துத் தின்றிருப்பாரோ என நினைத்துக்கொண்டு இறங்கினேன். தொலைவில் சொத சொதப்பான ஈர வயலில் கொக்குகளுக்கு மத்தியில் இரண்டு ஃப்ளெமிங்கோக்கள் இரை துளாவி ஓயில் நடை கொண்டிருப்பது தொலைநோக்கியில் தெரிந்தது. என்ன ஒரு பேரழகு. நான் ஃப்ளெமிங்கோக்களைப் பார்ப்பது இதுவே முதல் முறை. பிங்க் நிற அலகும் கால்களும் நடனமென கொண்ட நடையும் கொளுத்தும் வெயிலில் கண்களுக்குள் நூங்கின் நீரை ஊற்றியது போல இருந்தது. மண்ணில் நடனமிடும் ஃப்லுராடாக்கள்.

அமெரிக்கன், ஆண்டியன், சிலியன், ஜேம்ஸ், லெஸ்ஸர், கிரேட்டர் என ஃப்ளமிங்கோக்களில் ஆறு வகைமைகள் உண்டு. குஜராத்திற்கும் ஒடிஸாவிற்கும் வலசை வருபவை கிரேட்டர் வகை ஃப்ளெமிங்கோக்கள். அளவிலும் அழகிலும் பெரியவை. தமிழகத்தில் பழவேற்காட்டிற்கும், ராமேஸ்வரத்திற்கும் வலசை வருகின்றன. இந்த பிப்ரவரியில் எட்டாயிரம் பறவைகள் தனுஷ்கோடிக்கு

வலசை வந்து நாளிதழ்களை அலங்கரித்தன.

ஜெயமோகனின் இந்தியப் பயணம் நூலில் ராணி கி வாவ் பற்றிய அவரது வர்ணனைகளை வாசித்து மயங்கி இருக்கிறேன். அவர் பொதுவாக கட்டுரைகளில் தன்வசம் இழக்காதவர். நானறிந்து ராணி கி வாவ் படிக்கிணறும், தில்வாரா ஆலயங்களின் பேரழகும் அவருக்குள் இருக்கும் சமனை குலைத்த கலையின் அறைகூவல்கள். மேற்கண்ட இரு கலைக்கூடங்களைப் பற்றியும் அவர் முற்றிலும் டிரான்ஸ் ஆகி எழுதிய கட்டுரைகள் முக்கியமானவை. கலையின் உச்சபட்ச சாத்தியங்களுக்கு முன் நிலையழிந்து நிற்கும் கலைஞனின் சொற்கள். இத்தகைய மாபெரும் கனவை எந்த இடத்தில் தன் கலை நேர்கொள்கிறது எனும் கேள்வி படைக்கிறவன் எவனுக்கும் எழக்கூடியது. சொல்லினால் அவரெழுப்பிய விஷ்ணுபுரத்திற்கு நிகரான கனவு கல்லினால் எழுப்பிய ராணி கி வாவ்.

குஜராத்தின் பதான் மாவட்டத்தில் உள்ளது ராணி கி வாவ். சரஸ்வதி நதி தீரத்தில், 11-ஆம் நூற்றாண்டில் ஜெயக்கொடி பரப்பிய சாளுக்கிய சாம்ராஜ்யத்தின் பேரரசன் முதலாம் பீமாவின் நினைவாக அவரது காதற்பெருமாட்டி உதயமதி உருவாக்கியது. புவியில் மனைவியால் கணவனுக்குக் கட்டப்பட்ட நினைவிடங்களில் முதன்மைப் பேரழகு கொண்டது. இவ்வகை படிக்கிணறுகளிலேயே உச்சபட்ச அழகும் கம்பீரமும் உடையது. ஜைன முனிவர் மேருதுங்கா எழுதிய பிரபந்த சிந்தாமணி உதயமதி கட்டிய படிக்கிணறு பற்றிய தெள்ளிய வரலாற்றுத் தகவல்களைத்

தருகிறது. 1063-ல் கட்டத்துவங்கி இருபது ஆண்டுகள் கழித்து பணி நிறைவேறி இருக்கிறது. வழிபாட்டிற்கும், நீரின் புனிதத்தைப் பறைசாற்றவும், காதலின் நினைவாகவும் படிக்கிணறுகள் நிர்மாணிக்கப்பட்டுள்ளன.

சரஸ்வதியின் வெள்ளப் பெருக்கினால் மூழ்கடிப்பட்டு முற்றிலும் சேறு மண்டிக்கிடந்தது. ஒரு கிணறு இருந்ததின் மெல்லிய எச்சங்கள் மட்டுமே சேற்றுக்கு வழியே தலை நீட்டிக்கொண்டிருந்தன. 1940-ல் சரஸ்வதி தேவி தன் புதல்வர்களான ஜேம்ஸ் பர்கஸ், ஹென்றி கவுசன்ஸ் ஆகியோரை அனுப்பிவைத்தாள். கிணற்றை சேற்றிலிருந்து மீட்கும் பணி அன்றைய பரோடா அரசின் உதவியுடன் துவங்கியது. 1987-ல் கிணறு முழுமையாக தோண்டியெடுக்கப்பட்டது. பேரரசி உதயமதியின் திருவுருவச்சிலை உட்பட மகத்தான சிற்பங்கள் தங்கள் சந்ததிகளுக்காக மீண்டும் கண் மலர்ந்தார்கள்.

படிக் கிணறுகளிலேயே அழகிலும் அளவிலும் பெரியது ராணி கி வாவ். 500-கும் அதிகமான முதன்மைச் சிற்பங்கள், ஆயிரத்திற்கும் மேற்பட்ட நுண் சிற்பங்கள், நுணுக்கமான அலங்காரங்கள் கொண்ட இருநூற்றுக்கும் மேற்பட்ட தூண்கள், வரைகணிதவியல் டிசைன்கள், புராண இதிகாச நாட்டாரியல் காட்சிகள், கவித்தருணங்களை காட்சிக்கவிதைகளாக்கும் சிற்பங்கள் என காலுக்குக் கீழே கிடக்கும் பாதாள கலைக்கூடம். மாரு-சூர்ஜிர கட்டிடக்கலை மரபில் உருவாக்கப்பட்ட இந்தப் படிக்கிணறு அழகியலில் மோதேரா சூரிய கோவிலையும், மவுண்ட் அபு தில்வாரா ஆலயங்களையும்

ஒத்தவை.

இருபக்கமும் நாகக்கன்னிகள் எழுந்து நிற்க வீற்றிருக்கும் வராகர், இடை சரிந்து வயிறு புடைத்து குடையேந்தி நிற்கும் வாமனன், குள்ளச்சித்தனின் தாடியைப் பற்றி இழுக்கும் ஆடல் பெண், ஓயிலாக உதட்டுச் சாயம் பூசும் பெண்களுக்கு மத்தியில் குதிரையில் பயணிக்கும் கல்கி, ஸித்தியை மடியேந்தி வீற்றிருக்கும் கணேஷா, குபேரன், லகுலீஸன், இந்திரன், பைரவா என ஐந்நூற்றுக்கும் மேற்பட்ட முதன்மைச் சிற்பங்கள் இங்குள்ளன. இங்கிருக்கும் மகிஷாசுரமர்த்தினி மாமல்லையின் மகிஷா அளவிற்கே உலகப்புகழ் பெற்றவள். கடை உதட்டுச் சுழிப்பில் மின்னி மறையும் சிறு புன்னகை இந்தச் சிற்பத்தை உலகின் மகத்தான கலைப் படைப்புகளுள் ஒன்றாக்குகிறது. தேவகன்னிகளின் சிற்பங்களுக்கு இணையாகவே பெண்களின் அன்றாட தருணங்களைச் சித்தரிக்கும் அதியழகுச் சிற்பங்களும் சிருஷ்டிகரத்துடன் உருவாக்கப்பட்டுள்ளன. சுற்றுச்சுவர்களில் இருக்கும் ஜியோமெட்டிரிக்கல் அலங்காரங்கள் இப்பகுதியின் பட்டோலா பட்டு டிசைன்களுக்கு அடிநாதமாக விளங்குபவை. சமீபத்தில் அரசு வெளியிட்ட லாவண்டர் வண்ண 100 ரூபாய் தாளில் ரானி கி வாவ் ஓவியம் இடம்பெற்றுள்ளது.

நான் ஐராவதத்துடன் இந்திரன் நிற்கும் சிற்பத்துடன் புகைப்படம் எடுத்துக்கொண்டேன். இந்திர வழிபாடு என் தனிப்பட்ட ஆர்வங்களுள் ஒன்று. இந்தியா முழுக்க உள்ள இந்திரன் படிமங்களை, ஓவியங்களை, கதைகளைத் தொகுத்துக்கொண்டு

வருகிறேன். இந்து மதத்தின் முதன்மை தெய்வமாக இருந்த இந்திரன் பிற்பாடு இதிகாசங்களில் இழிவாகச் சித்தரிக்கப்பட்டு பின்னுக்குத் தள்ளப்பட்டது மதங்களின் தோற்றத்தையும் வளர்ச்சியையும் அறியும் ஆர்வம் கொண்டவனாக எனது கிச்சன்களில் ஒன்று. மீப்பழமையான ரிக் வேதத்தின் காற்பங்கு ஸ்லோகங்கள் இந்திரனின் புகழைத்தான் பாடுகின்றன. புகாரிலும் மதுரையிலும் இந்திர விழாக்கள் கொண்டாடப்பட்டுள்ளன. சமணமும் பௌத்தமும் கூட இந்திரனைக் கொண்டுள்ளன. இந்திரன் சாயலுள்ள கிரேக்க தொன்மங்களும் உண்டு. பின்னுக்குப் போனவர்களை முன்னுக்குக் கொண்டுவருவது தொன்மமீட்புருவாக்க நாவல்களில் நிகழ்வது. ஆங்கிலத்தில் இந்திரன் குறித்த நாவல்கள் எழுதப்பட்டுள்ளன. தமிழிலும் அது நிகழவேண்டும்.

விழிகொள்ளும் அளவிற்கு சிற்பங்களில் அழகை ரசித்து அதன் கவித்துவங்களை நுரையீரல் முழுக்க நிரப்பிக்கொண்டு அறைக்குத் திரும்பினோம். இரவு முழுக்க கனவில் படிக்கிணற்றின் அப்சரஸுகளும் ரதிகளும் நடன மங்கைகளும். அவர்களோடு எப்போதோ நிலவொளியில் ரசித்த ஹொய்சாள மாதுக்களும், பல்லவ மங்கைகளும் சேர்ந்துகொண்டு அழிச்சாட்டியம். விடிந்ததும் நரேன் சொன்னார். அவரது சபையிலும் சிற்ப நாட்டியம் என்று. செந்திலுக்கு மட்டும் சான் டூம்ஸ் ரிசார்ட்டில் ஆடிய நிலா கனவில் வந்தாளாம்.

மாலைச் சூரியனின் மணிமகுடம்

பயணத்தின் இறுதி நாள். இன்றிரவுடன் பிரியப்போகிறோம் எனும் மனக்கிலேசம் எல்லார் முகத்திலும். சக்தி கிருஷ்ணன் சோகம் தாளாமல் எட்டு தோசைகளைத் தின்றார். எந்த உணர்ச்சியும் தோசைக்கு முன் எம்மாத்திரம்?

மொதேராவில் இருக்கும் சூரிய கோவிலுக்குச் சென்றோம். ராணி கி வாவ்வின் பிரமிப்பிலிருந்து முற்றாக விடுபடாத நிலையில் மீண்டுமொரு கலைமூர்க்கம். பொன்னென மின்னும் மாபெரும் கல் தேர். சற்று சீக்கிரமாகவே வந்துவிட்டிருந்தோம். சிலர் காலை உணவை உண்டிருக்கவில்லை. இந்த கலைக்கோவிலைச் சுற்றிப்பார்க்க எப்படியும் மூன்று மணி நேரங்களாவது தேவைப்படும். அருகேயிருந்த கடைக்காரர் சற்று காத்திருந்தால் தின்பண்டங்கள் செய்து தருவதாக உறுதியளித்தார். இலுப்பையும் மருதமும் படர்ந்து நிழல் பரப்பிய ஒரு திட்டில் அமர்ந்து பேசலானோம். தமிழின் விமர்சனமரபின் தோற்றத்தையும் வளர்ச்சியையும் பற்றி ஜெ உரை நிகழ்த்தினார். க.நா.சு.வில் துவங்கி வெசா, பிரமிள், சுரா என அன்று தமிழிலக்கியத்தின் ரசனைகளைத் தீர்மானித்தவர்கள் பற்றிய நினைவோடை. காரமான மிளகாய்கள் சுவைகூட்டும் சூடான போண்டாக்களையும் பக்கோடாக்களையும் கடைக்காரர் கொண்டு வந்து வைத்தார். வயிறார உண்டு சூடாக டீ குடித்து வாழ்வின் முக்கியமான தினங்களின் ஒன்றிற்குள் நுழைந்துகொண்டோம்.

சூரியனின் ஒளியமைப்பைக் கொண்டு உதயம், நண்பகல், மாலை என மூன்றாகப் பிரித்து ஒவ்வொன்றிற்கும் புகழ்பெற்ற சூரிய கோவில்கள் அமைக்கப்பட்டதாக ஆய்வாளர்கள் கருதுகிறார்கள். ஒரிசாவின் கோனார்க் சூரிய கோவில் உதய காலத்திற்கானது. நண்பகல் சூரியனுக்கானது மூல்தான் ஆலயம். இஸ்லாமிய

மோதல்களால் அழிக்கப்பட்டு விட்டது. மாலைச் சூரியனுக்கான ஆலயம் மோதேரா.

சோலங்கி சாம்ராஜ்யத்தின் பேரரசர் முதலாம் பீமதேவரால் கட்டப்பட்ட ஆலயம். 1025-ன் துவக்கத்தில் முகமது கஜினியின் படையெடுப்பு வெற்றிகரமாக முறியடிக்கப்பட்டதன் வெற்றிச் சின்னமாக இந்த ஆலயம் எழுப்பப்பட்டிருக்கலாம் என வரலாற்றாய்வாளர் ஏ.கே. மஜூம்தார் கருதுகிறார். சோலங்கிகள் சூரிய வம்சத்தினர். சௌத்ர மதத்தினைச் சேர்ந்தவர்கள். பிற்பாடு வைஷ்ணவத்தை தழுவிக்கொண்டவர்கள். புஷ்பவதி ஆற்றின் கரையில் அமைந்த இந்த ஆலயம் குத்புதின் ஐபெக்கினால் இடித்தழிக்கப்பட்டு இன்று தொல்லியலாளர்களால் மீட்டெடுக்கப்பட்டுள்ளது. எஞ்சியிருப்பவையே விண்ணுடன் விடுத்த அறைகூவலைப் போல நிமிர்வுடன் நிற்கின்றன.

கவிழ்த்து வைக்கப்பட்ட தாமரை போன்ற அமைப்பின் மீதெழுந்த குட மண்டபம் எனும் மூலவர் அமைந்திருக்கும் கோவில். தொட்டடுத்து சபா மண்டபம். சபா மண்டபத்திற்கு முன்பு பரந்து விரிந்து கிடக்கும் அக்னி குண்டம் எனும் படிக்கிணறு. படிக்கிணற்றுக்குள் 108 சிறிய ஆலயங்கள்.

கல்லும் மணலும் செங்கலும் கொண்டல்ல முழுக்க முழுக்க சிற்பங்களைக் கொண்டே அடுக்கிக் கட்டப்பட்ட ஆலயம் எனத் தோன்றும் அளவிற்கு கண்பட்ட கைபட்ட கால்பட்ட

இடங்களிலெல்லாம் சிற்பங்களின் குவியல். குட மண்டபத்தின் கர்ப்பகிருஹத்தில் இருக்கவேண்டிய சூரியனார் மூலவர் சிலை இல்லை. எந்த நாட்டின் ம்யூசியத்தில் இருக்கிறது என்பதைக் கண்டுபிடிக்க ஓராயிரம் விஜயகுமார்கள் (சிலைதிருடன் நூலின் ஆசிரியர்) நமக்குத் தேவைப்படும். இங்கிருந்த மூலவர் சிலை பொன்னால் ஆனது என்றும் அதன் உடல் முழுக்க பல்லா யிரக்கணக்கான வைரவைடூரியங்கள் பதிக்கப்பட்டிருந்தன என்றும் அதன் சுடர்மிகு ஒளி ஆலயம் முழுக்க ஜொலித்துக்கொண்டிருந்தது என்பதும் உள்ளூரில் நிலவும் நம்பிக்கைகளுள் ஒன்று. அருணன் குதிரைகள் பூட்டிய தேரைச் செலுத்த சூரியனார் பிரம்மாண்டமாக எழுந்து அருள்பாலிக்கும் சிவப்புக் கல் சிற்பம்தாம் மூலவராக இருந்திருக்கச் சாத்தியம் என்பதுதான் எனது யூகம். மூல ஆலயத்தின் உட்பிரகார தூண்கள் சிற்பச்செறிவு மிக்கவை. சற்று அளவில் சிறிய ஆனால் கஜுராஹோவிற்கு இணைவைக்கக் கூடிய மைதுனச் சிற்பங்கள் அமைந்திருந்தன. ஆலயத்திற்குள் குறைவான ஒளி. செந்தில் செல்போன் ஃப்ளாஷ் வெளிச்சத்தில் மிதுனச்சிற்பங்களின் நுட்பங்களை அன்றாட வாழ்வில் நடைமுறைப்படுத்துவது குறித்து வெட்டருவாள்களளான நவீனுக்கும் காங்கோவிற்கும் விளக்கிக் கொண்டிருந்தார். சௌத்திரம் பழுகு!

குட மண்டபத்தின் வெளிப்பிரகாரத்தில் 12 ஆதித்யர்களின் சிற்பங்கள். குதிரைகள் பூட்டிய தேரில் சூரியன், த்வதஸ்கௌரி என்றழைக்கப்படும் பார்வதியின் 12 படிமங்கள், விதம் விதமான

இசைக்கருவிகளை இசைக்கும் சிற்பங்கள். சிதைக்கப்பட்ட பின்னரும் நமை நோக்கிச் சிரிக்கும் விழிதிகழ் அழகிகள். ஒரு அசலான கலை ரசிகனுக்கு குட மண்டபம் ரசித்து முடிக்கவே சில நாட்கள் தேவைப்படும்.

சபா மண்டபம் ஒரு நுண்சிற்ப பிரம்மாண்டம். நுணுக்கி நுணுக்கி செய்த சிற்பங்களைக் கொண்டு உருவான ராட்சச ஆபரணம் போன்ற 52 பிரம்மாண்ட தூண்கள் இந்த அறுங்கோண மண்டபத்தைத் தாங்கி நிற்கின்றன. நின்றாலும் நடந்தாலும் நிமிர்ந்தாலும் கிடந்தாலும் எப்புறம் நோக்கினாலும் சிற்பங்கள். உட்கூரைகள் மீச்சிறந்த அலங்காரங்கள் செதுக்கப்பட்டவை. வாழைப்பூ மடலை விரித்தது போல உள்ளுள் உள்ளுக்குள் உள்ளாக சென்றபடி இருக்கும் வடிவ அலங்காரங்கள். தூண்களில் இராமாயண காட்சிகள், வானரங்களின் சேட்டைகள், சர்க்கஸ் சாகஸங்கள், அபூர்வமாய் ஓட்டங்கள், சிவ பக்தனொருவனின் முதுகில் லிங்கத்தை ஏற்றி சித்திரவதை செய்யும் சிற்பம், வேதாளங்களின் பிரமிடு, யானையைக் கொண்டு ஒருவனின் தலையை இடறுவது, என விதம் விதமாய் சிற்பக்காட்சிகள். இந்த மண்டபத்திலும் சூரிய குண்ட நட்சத்திர படிக்கிணற்றிலும் நூற்றுக்கணக்கான சினிமாக்கள் எடுக்கப்பட்டுள்ளன. கோவிலுக்கு முன்பும், சூரிய குண்டத்தின் முன்பும் இரண்டிரண்டாக பிரம்மாண்டமான வேலைப்பாடுகள் உள்ள தூண்கள் உள்ளன. மிகுந்த கலைவேடுபாடுகளுடன் செய்த பொன் ஆபரணங்களைப் போன்றவை. அவற்றை

நோக்குங்கால் ஆலய வளாகம் முழுக்கவே இத்தகைய தூண்களால் இணைக்கப்பட்டிருந்திருக்க வேண்டும் என்பதைக் கணிக்க முடிகிறது. எஞ்சி நிற்கும் இத்தூண்கள் இந்தியாவின் புகழ்மிக்க தூண்களாகத் தங்களை நிரூபித்துக்கொண்டவை.

பார்வைக்கு புதிர்ப்பாதை போல காட்சி தரும் நட்சத்திரப் படிக்கிணறு. பச்சைப்பாசி நீரில் படர்ந்து கிடக்கும் பெரிய தெப்பக்குளம். அதன் சுற்றுப்படிகளில் மட்டும் 108 சிற்றாலயங்கள் இருக்கின்றன. அத்தனையும் சிறிய சிற்பத் தேர்கள். அவற்றுள் சிலவற்றிற்குள் மட்டும் தெய்வப் படிமங்கள். மீதமுள்ளவை திருடு போயிருக்கலாம். ஒரடி அகலமுள்ள படிகளில் இறங்கி ஒரு சுற்று வருவதற்குள் தலை கிறங்கிப் போய்விடுகிறது. பாசி படிந்த நீரில் பேராலயத்தின் பிம்பம் ஓவியம் போல நெளிந்துகொண்டிருந்தது. ஜெயமோகன் கிணற்றில் நேரெதிர் படிக்குச் சென்று அமர்ந்து நீரில் அசையும் சூரியனின் ஆலயத்தை ரசித்துக்கொண்டிருந்தார். இராவணனைக் கொன்ற பிரம்மஹத்தி நீங்க ராமன் இங்கே யாகம் செய்திருக்கிறான் என்பது உள்ளூர் நம்பிக்கை. ஆதாரமாக அருகிலிருக்கும் சீதாபுதூர் எனும் கிராமத்தைக் காட்டுகிறார்கள். எங்களூர் பாப்பநாயக்கன்பாளையத்தில் கூடத்தான் ஒரு சித்தாபுதூர் இருக்கிறது என நினைத்துக்கொண்டேன். சொல்லவில்லை.

சுற்றியுள்ள இடங்களில் கிடைத்த அற்புதமான சிற்பங்கள் தூண்களைக் கொண்டு ஆலய வளாகத்திற்குள்ளேயே ஒரு அருங்காட்சியகம்

அமைத்திருக்கிறார்கள். இணையத்தில் பல சிற்ப ஆர்வலர்கள் தவறவிடக் கூடாத ம்யூசியம் எனக் குறிப்பிட்டிருந்தார்கள். நேரம் அனுமதிக்காததால் அடுத்த திட்டத்தை நோக்கி நகர்ந்தோம்.

காமத்தின் விளைச்சல்

காரில் பேச்சு தமிழில் அதிகம் எழுதப்படாத சில தொழில்களைப் பற்றி எழுந்தது. தென் மாவட்டங்களில் தீவிரமாக செயல்பட்ட வட்டித் தொழில், தீப்பெட்டித் தொழில், பொற்கொல்லர்களின் வாழ்வு, மளிகைக்கடை உலகம் என நான் உத்தேசித்து வைத்திருக்கும் கதைக்களன்களை ஜெவிடம் சொன்னேன். எதையும் குறீயிடாக்கிக் கொள்ளும் சித்திரிப்பு வல்லமை குறைவுபட்டுப் போனதால் தமிழில் பல சுவாரஸ்யமான பின்புலங்கள் நாவலாக ஆகவில்லை எனும் அவதானிப்பைச் சொன்னார்.

காந்தி நகருக்கு மிக அருகேயுள்ள அடலெஜ் படிக்கிணறு சென்றோம். குஜராத் மாகாணத்தில் மட்டும் சுமார் 120 படிக்கிணறுகள் உள்ளன. பாகிஸ்தானில் கூட சில உள்ளன. ராணி கி வாவ் காதலின் அடையாளமெனில் இது மோகத்தின் விளைச்சல். ராணி கி வாவ் சிற்பச் செறிவு கொண்டது. அடலெஜ் முழுக்க முழுக்க பூ வேலைப்பாடுகள், மிருகங்கள், ஜியோமிதி டிசைன்களை மட்டும் கொண்டது. இஸ்லாமிய கட்டிடக்கலையின் பாதிப்பை இந்த நுணுக்கங்களில் காண முடியும். இந்து தெய்வமென ஒரேயொரு மகிஷாசூரமர்த்தினியின் சிற்பம் மட்டும்தான் நுழைவாயிலுக்கு அருகில் உள்ளது.

அடலெஜ் படிக்கிணறு இருக்கும் தந்தாய் தேசத்தை வகேலா வம்சத்தின் இந்து அரசனான இராணா வீர்சிங் ஆண்டு வந்தார். மிகச்சிறிய தேசம். தண்ணீர் பஞ்சம் எப்போதும் நிலவக்கூடியது. அவரது அரசி ருடாபாய் பேரழகி. குடிநீர் பஞ்சத்தைப் போக்குவதற்காக இராணா 1498–ல் படிக்கிணற்றை உருவாக்கத் துவங்கினார். பக்கத்து தேசத்தை ஆண்டு வந்த சுல்தான் முதலாம் முகமது ஷா படையெடுத்து வந்து இராணாவைக் கொன்றார். ருடாவின் அழகில் மயங்கிய முகமது அவரை மணம் முடிக்க

விரும்பினார். உடன்கட்டை ஏறி உயிர் துறக்க இருந்த ருடாபாயை தடுத்து தன்னை மணம் முடிக்கும்படி கோரினார். என் கணவன் கட்டத் துவங்கிய படிக்கிணற்றின் பணிகளை முற்றாக முடிக்க வேண்டும். ராணி கி வாவ் படிக்கிணற்றில் இருப்பதை விட ஒரு சிற்பமாவது அதிகம் இருக்கும்படி அமைக்க வேண்டும். அப்படிச் செய்தால் உன்னை மணந்து கொள்கிறேன் என்கிறாள் ருடாபாய்.

82

மீண்டும் பணிகள் துவங்கி பல ஆண்டுகளாக நடைபெறுகிறது.

வேலைகள் முடிந்து கிணறு மக்களுக்கு அர்ப்பணிக்கப்பட நாள் குறிக்கப்பட்டது. வடக்கில் சூரியன் உச்சிக்கு வரும் மஹா மாதத்தில் சுக்லபட்சத்தின் ஐந்தாவது தினமான பொன் கிடைத்தாலும் புதன் கிடைக்காத நன்னாள். ரூடா இந்து மதத்தின் புனித துறவிகளை கிணற்று நீரில் நீராடி புனிதப்படுத்தும்படி கேட்டுக்கொண்டாள். மந்திரங்களை ஜெபித்தபடி அடலெஜ் கிணற்றைச் சுற்றி வந்து வணங்கினாள். சூரியனின் கிரணங்கள் பூமியைத் தொடும் வேளையில் மேலிருந்து அடலெஜ் கிணற்றுக்குள் குதித்து தற்கொலை செய்து கொண்டாள் ரூடாதேவி. இந்தச் சரிதம் கல்வெட்டாக அங்கே பொறித்து வைக்கப்பட்டுள்ளது. இஸ்லாமிய மன்னனால் உருவான ஆலயம் என்பதால் இந்து தெய்வங்களின் உருவங்கள் செதுக்கப்படாமல் இருந்திருக்கலாம் என நான் யூகிக்கிறேன். அல்லது முகமது ஷாவின் ஆட்சிக்காலத்தில் அவை நீக்கப்பட்டு அலங்காரங்கள் புகுத்தப்பட்டிருக்கலாம். இந்தப் படிக்கிணற்றின் அழகைப் போல இன்னொன்று அமைந்து விடக் கூடாதென கருதிய முகமது ஷா, கிணற்றை உருவாக்கிய ஆறு தலைமைச் சிற்பிகளின் தலைகளைக் கொய்தார். அந்த அறுவரின் கல்லறைகள் கிணற்றுக்கு அருகிலேயே காணப்படுகின்றன.

அடலெஜ் சோலங்கி பாணியில் எண்கோண அமைப்பில் ஐந்து நிலை கிணறாக அமைந்துள்ளது. சாளரங்கள் விஸ்தாரமாகவும் சிற்பச் செறிவுடனும் அமைக்கப்பட்டுள்ளன. ஒவ்வொரு தளத்திலும்

உப்பரிகை போல அமைக்கப்பட்டிருக்கும் சிறிய சன்னிதிகள் அற்புதமாக அமைந்துள்ளன. பெண்கள் தயிர் கடைந்துகொண்டே ஆடிப்பாடும் காட்சிகளை மன்னன் சிம்மாசனத்தில் அமர்ந்து ரசிக்கும்படி அமைக்கப்பட்டுள்ள சிற்ப காட்சி தனித்துவம் மிக்கது. வெளியே கனன்று கொண்டிருக்கும் வெயிலின் வெம்மை கிஞ் சித்தும் உள்ளே தெரியாதபடிக்குக் குளிர்மையை உணர்ந்தோம். நான் உதயமதியையும் ரூடாபாயையும் நினைத்துக்கொண்டேன். ஷாஜகானின் தாஜ்மஹாலை காதலின் சின்னம் என்கிறோம், குவாலியரில் தன் காதலி மிருஷ்ணயனிக்காக ராய் ஆற்றிலிருந்து வாய்க்கால் வெட்டி, குஜரி மஹாலும் கட்டிய மான்சிங்கின் காதலை வியக்கிறோம். ரூடா தன்னுயிரை ஈந்து எழுப்பிய இந்த அடலெஜ் இக்கதைகளுக்கு எவ்விதத்திலும் குறைந்ததில்லை.

அகமதாபாத்திலுள்ள இண்ட்ரோடா டைனோசர் மற்றும் தொல்லு யிரெச்ச படிமப்பாறை பூங்காவிற்குச் செல்லவேண்டுமென்பது ராஜமாணிக்கம், கிருஷ்ணன் ஆகியோரின் விருப்பம். இருவருமே அழற்பாறைகள், படிவப் பாறைகள், கல் மரங்கள் ஆகியவை குறித்து அறிவதில் ஆர்வம் கொண்டவர்கள். லட்சக்கணக்கான ஆண்டுகளுக்கு முற்பட்ட பருவநிலை காரணிகளால் படிவப்பாறைகள் உருவாகையில் அவற்றோடு மரம் செடி கொடி நீர் வாழ்வன மிருகங்கள் ஆகியவை சேர்ந்து படிந்து மடிந்து கல்லாய் சமைந்து விடுகின்றன. இவை பாசில்ஸ் என்றழைக்கப்படுகின்றன. தமிழில் தொல்லுயிரெச்சங்கள். தமிழகத்தில் இவை திருவக்கரை, நெய்வேலி, சிவகங்கை, திருப்பெரும்புதூர் பகுதிகளில் காணப்படுகின்றன. குறிப்பாக அரியலூரில் மெல்லுயிரிகள் எச்சங்களும் டைனோசர் எச்சங்களும் மிக அதிக அளவில் காணப்படுகின்றன. சமீபத்தில் சந்திரசேகர் எனும் ஆர்வலரின் முயற்சியில் அரியலூரில் ஒரு அருங்காட்சியகம் தமிழக அரசினால் அமைக்கப்பட்டுள்ளது. என்னுடைய ஏற்பாட்டில் கிருஷ்ணன் உள்ளிட்ட நண்பர்கள் சமீபத்தில் அங்கு சென்று வந்திருந்தனர்.

இந்தியாவின் ஜுராஸிக் பார்க் என்றழைக்கப்படும் இந்தப் பூங்காவில் குஜராத்தின் பல்வேறு பகுதிகளில் கண்டெடுக்கப்பட்ட டைனோசர் முட்டைகளின் பாஸில்கள் காட்சிக்கு வைக்கப்பட்டுள்ளன. டைனோசரின் எச்சங்கள் உலக அளவில் அதிகம் கிடைத்த தொல்களங்களில் குஜராத்திற்கு மூன்றாவது இடம். முட்டைகள் கிடைத்ததில் இரண்டாவது இடம். எனில், இப்பகுதியில் லட்சம் ஆண்டுகளுக்கு முன்னர் உலவிய தொல் மிருகங்களின் எண்ணிக்கையை யூகித்துக்கொள்ளுங்கள். மிகச்சிறப்பாக

நிர்வகிக்கப்படும் இந்தப் பூங்காவில் அருகிலிருக்கும் கல்லூரியின் பேராசிரியர்கள் முறை வைத்துக்கொண்டு வாலண்டியர்களாக செயல்பட்டு வழிகாட்டுகிறார்கள். எங்களுக்கு விளக்கமளித்த பேராசிரியை மிகத் துல்லியமாக விவரித்து அக்கறையோடு வழிகாட்டினார். ஒரு நோட்டில் தனது சேவைக்கான தர மதிப்பீட்டை மட்டும் பெற்றுக்கொண்டார். பைசா வாங்கவில்லை. பதான் வரை சென்று அதன் பாரம்பரியமான சில தின்பண்டங்களைச் சாப்பிடாமல் வந்து விட்டீர்களே என்று வருத்தப்பட்டார். குஜராத்தின் இனிப்புகளையாவது அனுபவியுங்கள் என்று வாழ்த்தி வழியனுப்பினார்.

ஆத்ம பரிசோதனைக் கூடம்

காந்தியின் 150-வது ஆண்டு. பயணத்தை சபர்மதியில் முடிக்க வேண்டும் என்பது எங்கள் திட்டமாக இருந்தது. இந்திய விடுதலைப் போரில் தவிர்க்க முடியாத மையங்களுள் ஒன்று சபர்மதி. இங்கிருந்துதான் காந்தியின் புகழ்மிக்க போராட்டங்கள் கருக்கொண்டன. 1918 முதல் 1933 வரை காந்தி இங்கே வாழ்ந்தார். அவர் தன் உடல் மீதும் உள்ளத்தின் மீதும் பல்வேறு சோதனைகளை மேற்கொண்டதும் இங்குதான்.

சாதி இந்துக்கள் அதிகம் வாழ்ந்த அகமதாபாத் நகரில் ஏராளமான ஹரிஜனங்களை உள்ளடக்கிய ஆசிரமமாக சபர்மதி திகழ்ந்தது. அங்கு வாழும் அனைவரும் சமைப்பதும், கழிப்பறைகளைச் சுத்தம் செய்வதும் அன்றாட கடமை. பழங்குடிச் சிறுவனைப் பார்த்து என் ஷூவை கழட்டுடா என ஆணையிடும் அமைச்சரும், நீதிமன்ற பதவிகள் நாங்கள் அளித்த பிச்சை என எக்காளமிடும் திமுக பேச்சாளர்களும் வாழும் சூழலின் மேல் நின்று அன்று காந்தி செய்தது எத்தகைய புரட்சி என்பதைப் புரிந்து கொள்ள முடிகிறது.

காந்தி வாழ்ந்த வீட்டிற்குச் சென்றோம். காந்திக்கு ஒரு அறை. கஸ்தூரிபாவிற்கு ஒரு அறை. சிறிய சமையல் கூடம். தாழ்வாரம். முன் திண்ணையில் ஒரு பாதி காந்தி அமர்ந்து எழுதும் இடம். மறுபாதி பிரார்த்தனைக்கும் பிரசங்கங்களுக்கும். காந்தியின் எழுத்து மேஜையும் மெத்தையும் இருந்த இடம் மரச்சட்டங்களால் பாதுகாக்கப்பட்டிருந்தது. அதன் இடைவெளிகளினூடே அந்த மேஜையை பார்த்துக்கொண்டிருந்தேன். பெட்டியடி கடைகளில் பணியாக்களின் கணக்கெழுதும் மேஜைதான். இந்தியாவிலேயே மிக அதிகம் பக்கங்கள் எழுதிய ஒரு எழுத்தாளனின் மேஜை. கிட்டத்தட்ட எழுபதாயிரம் பக்கங்கள். இன்னமும் கூட காந்தி எழுதிய

கடிதங்களோ கட்டுரைகளோ தொடர்ந்து கிடைத்துக்கொண்டேதான் இருக்கிறது. யோசித்துக்கொண்டிருக்கும்போதே என் பின்னாலிருந்து தோள்களின் வழியாக ஜெயமோகன் தலையை நுழைத்து உள்ளே எட்டிப்பார்த்தார். காந்தியை விடவும் அதிக பக்கங்கள் எழுதிவிடப் போகும் எழுத்தாளன்.

மிக மிக எளிமையான வீடு. காந்தியின் வீட்டுத் தாழ்வாரத்தில் அமர்ந்தோம். வீட்டிற்கு சிறிய பின்வாசல் இருந்தது. மாலை வேளைகளில் அந்த வாசல் வழியாகத்தான் வெளியேறி நடை பயில செல்வார். எளிமையால் மட்டுமே அலங்கரிக்கப்பட்டிருந்த அந்த வீடுதான் உலகிலேயே மிகவும் அழகானது என்று தோன்றியது. இந்த வீட்டில் காந்தி நோயுற்றிருக்கும் போது ஒரு பைராகி வந்து வைத்தியம் சொல்லும் கருவில் ஜெயமோகன் ஒரு சிறுகதை எழுதியிருக்கிறார். நீரும் நெருப்பும். வாசிக்கும்போது இரு தத்துவ எல்லைகளின் மோதல் என்று மட்டுமே தோன்றியது. பல்லாண்டுகள் கழித்து ஒரு வாசகர் எழுதிய கடிதத்திலிருந்துதான் அது மிகசிறந்த அரசியல் கதை எனும் பிடி கிடைத்தது. பல ஆசிரியர்களின் பல கதைகள் இப்படித்தான் எனக்கு திறக்க கொஞ்ச காலம் ஆகும்.

ஆசிரமத்திலிருந்து சபர்மதி ஆற்றங்கரைக்கு இறங்கிச் செல்லும் படிக்கட்டில் நின்று அமைதியாகச் செல்லும் ஆற்றைப் பார்த்துக்கொண்டிருந்தேன். தலைக்கு மேலே பல நூறு கிளிகள் வட்டமடித்துக்கொண்டிருந்தன. ஒரு காலத்தில் நாறிக்கிடந்த இந்த நதி மோடியின் ஆட்சிக்காலத்தில் புத்துயிர் பெற்றது. இருபக்கமும் சிமெண்ட் கரை எழுப்பட்டு நடை பயில, சைக்கிள் ஓட்ட, கார் ஓட்ட என்று தனித்தனி டிராக்குகளும் பூங்காக்களும் அமைக்கப்பட்டு இந்தியாவின் தேம்ஸ் போல ஆக்கப்பட்டிருக்கிறது.

ஆனால், இந்த அழுகுணர்ச்சிக்கு யாவித தொடர்பும் இல்லாத வண்ணம் அகமதாபாத்தின் பொதுப்போக்குவரத்து இருக்கிறது. நெரிசல் கூச்சல் இரைச்சல் குப்பை குளங்கள். அகமதாபாத் சுல்தான் முகமது ஷாவால் 15-ஆம் நூற்றாண்டில் நிர்மாணிக்கப்பட்ட நகரம். அவர் காலத்திற்குப் பின் யாரும் சாலைகள் போடவில்லை போல. மக்கள் வானில் பட்த்துடன் போக்குவரத்து விதிமுறைகளையும் காற்றில் பறக்க விடுபவர்கள். இன்றும் அறுந்த பட்டங்களால் அதிகம் விபத்து நடப்பது இந்நகரில்தான். யாரையும் கண்டிக்க முடியாத அளவிற்கு சுப்பையாத்தேவர் காவல்.

ஆற்றங்கரையில் நின்று தண்டி யாத்திரை பற்றி பேசிக்கொண்டிருக்கும்போது பிரிட்டிஷ் வரலாற்றாசிரியரும் உப்புவேலி போன்ற புகழ்மிக்க நூல்களை எழுதியவருமான ராய் மாக்சம் சொன்ன ஒரு ஜோக் நினைவுக்கு வந்தது. ராய் இந்தியா முழுக்க அலைந்து திரிந்து ஆய்வுகள் செய்து அற்புதமான பல நூல்கள் எழுதியவர். குஜராத் அவரது தனிப்பெரும் காதல்களுள் ஒன்று. ராண் ஆஃம்ப் கட்சுக்கு ஃப்ளெமிங்கோக்கள் வலசை வருவதைப் பார்ப்பதற்கே பலமுறை லண்டனிலிருந்து வந்தவர். அவர் குஜராத்தின் சுற்று கிராமங்களில் திரிந்து கொண்டிருந்த நாட்களில் உப்பு சத்தியாக்ரகத்தின் போது காந்தி எங்கள் ஊருக்கு வந்தார் என்று காந்தியின் காலடி படாத ஊர்க்காரர்கள் கூட சொல்லிக்கொள்வது வழக்கம். எனது தாத்தா காந்தியுடன் உப்பு சத்தியாக்ரகம் செய்தவர் என்று சொல்பவர்களின் எண்ணிக்கையை கணக்கில் கொண்டால் குஜராத்தின் ஜனத்தொகையை தாண்டி விடும். ஆனால் உண்மையில் சென்றவர்கள் 78 பேர்தான். சிரிப்பு எழுந்து அடங்கியது. உடனே ஒரு எண்ணம் தோன்றியது. தண்டி யாத்திரை கிளம்பியபோது உடன் சென்றவர்கள் குறைவாக இருக்கலாம். ஆனால் ஓரிரு நாட்களிலேயே செல்லும் வழியெங்கும் மக்கள் பெருகி பெருகி உலகின் மிகப்பெரிய அணிவகுப்பாக அல்லவா மாறியிருக்கும்.

அந்தி கருத்து வானில் நிலவு தோன்ற ஆரம்பித்தது. சபர்மதி ஆசிரமத்திற்குள் இருந்த அங்காடியில் புத்தகங்கள், நோட்டுகள், பேனாக்கள் போன்றவை வாங்கிக்கொண்டோம். நியாயமான விலையில் தரமான பொருட்கள் கிடைத்தன.

பயணத்தின் கடைசி இரவு உணவு. அகமதாபாத் விமானநிலையம் செல்லும் வழியில் உள்ள உணவகத்தில் விரிவாக விருந்துண்டோம். பயணம் முழுக்க ஜெயமோகனுக்கு பாஸ்மதி சாதமும் தயிரும்தான். ஆனால் சப்ளையர்கள் மிகச்சரியாக அவருக்கு உணவளிக்க

தாமதித்து படுத்துவார்கள். அன்று வழக்கத்திற்கு மாறாக பழங்களுக்குப் பதிலாக டிபன் சொன்னார். அப்போதும் அதுவே நிகழ்ந்தது.

விமான நிலையத்தை வந்தடைந்தோம். என் பயணப்பை வழியெங்கும் வாங்கிச் சேர்த்த பொருட்களால் பெருத்துப் போயிருந்தது. பயணத்துவக்கத்திலிருந்தே வண்டிகளின் கிலோமீட்டர்களை அவ்வப்போது சரி பார்த்துக்கொள்ளும் வழக்கம் உண்டு. நண்பர்கள் சற்று அயர்ந்து விட ஒரு டிரைவர் வித்தையை காட்டினார். சில்லாயிரம் ரூபாய்கள்தான். பெரிது படுத்தாமல் விட்டு விட்டோம். நண்பர்கள் ஒருவருக்கொருவர் தழுவிக்கொண்டோம். ஒரு கனவிலிருந்து விடுபட்டு அன்றாடத்துக்குள் நுழையும் தருணம். ஒவ்வொருவரும் உலகின் வெவ்வேறு மூலைகளில் பிழைப்பவர்கள். இனியொரு முறை எப்போது கூடுவோம் என்பதில் உறுதியில்லை. இனம் புரியாத உணர்ச்சிகளால் என் உடல் மெள்ள நடுங்கிக்கொண்டே இருந்தது. பெயர் மறந்து தொழில் மறந்து ஊர் மறந்து தேதி மறந்து சிலிர்க்கவும் சிரிக்கவும் மட்டுமே செய்து கொண்டிருந்த நாட்கள் நழுவிச் செல்கின்றன. இது போன்ற பயணங்கள் ஓராண்டிற்கு ஒருமுறை மட்டுமே சாத்தியமான வாழ்க்கை மீது எரிச்சல். உடனே லெளகீகம் இல்லையெனில் இச்சிறிய பயணங்கள் கூட சாத்தியமில்லை எனும் நிதர்சனம்.

நள்ளிரவு விமானத்தில் சென்னைக்குத் திரும்பினேன். ஈரோட்டு நண்பர்கள் விடிந்த பின் ரயிலில் திரும்ப திட்டமிட்டிருந்தார்கள். விமான நிலையத்தில் பயணப்பைகளின் மீது கவிழ்ந்து உறங்கினார்கள். இரவு உணவோ, பிரிவின் களமோ எனக்குத் தலைசுற்றலும் வாந்தியும் வந்துகொண்டே இருந்தது. கைக்குட்டையை கண்ணில் கட்டிக்கொண்டு தலைகவிழ்ந்தேன். பயணத்தின் காட்சிகளும் உரையாடல்களும் எண்ணங்களாக மாறி மாறி கொப்பளித்துக்கொண்டே இருந்தது.

அதிகாலை முதல் விமானத்தில் ஏறி கோவை வந்து இறங்கினேன். மேனி வருடும் குளிர் வந்து சூழ்ந்துகொண்டது.

(முற்றும்)

பிற்சேர்க்கை

பயணத்தின் போது நண்பர்களுக்காக ராஜஸ்தான் ஓவியங்கள் பற்றி எழுதிய குறிப்பு

ராஜஸ்தானின் ஓவிய மரபு செறிவு மிக்கது. அதன் அனைத்து வடிவங்களுடனும் அறிமுகம் கொள்ள கடும் உழைப்பு தேவை. சிறிய அறிமுகமாக எளிய குறிப்புகளை இங்கே பகிர்கிறேன்.

ராஜஸ்தான் ஓவிய மரபை இருவகைகளாகப் பிரிக்கலாம். சிற்றோவியங்கள், நாட்டாரியல் ஓவியங்கள். சிற்றோவியங்கள் இருவகை வெளிப்பாட்டை கொண்டவை. ஒன்று ராஜபுதன அரசர்கள், அரச சபை காட்சிகள், அரச வாழ்வு தொடர்பானவை. மற்றொரு வகைமை ராஜஸ்தானின் மரபிலக்கியத்துடன் நேரடி தொடர்புடையவை. கவிதைக் காட்சிகளை சித்தரிப்பவை.

மினியேச்சர் ஓவியங்கள் முகலாய ஓவிய மரபுடன் இணைந்து அரண்மனைகளிலும் அரச குடிகளின் இல்லங்களிலும் வரையப்பட்டவை. 16-ஆம் நூற்றாண்டில் செழித்து வளர்ந்தவை. இதில் பலவகையான மரபுகள் உருவாகின. முதன்மையானவை மேவார் ஓவியங்கள், மார்வார் ஓவியங்கள், ஹடோதி ஓவியங்கள், துந்தர் ஓவியங்கள். இம்மரபிலிருந்து கிளைத்துச் செழித்த ஏராளமான பாணிகள் (ஸ்டைல்) ராஜஸ்தான் கலைமரபிற்கு வளம் சேர்க்கின்றன. உதாரணமாக நத்வாரா பிச்வாய் ஓவியங்கள், பந்தி-கோட்டா ஓவியங்கள், ஜெய்ப்பூர்-பிகானீர் ஓவியங்கள், கிஷன்கார்க் ஓவியங்கள் மற்றும் மார்வாரி ஓவியங்கள்.

எது முகலாய ஓவியங்களிலிருந்து ராஜஸ்தான் ஓவியங்களை வேறுபடுத்திக் காட்டுகிறது? முதன்மையாக அடர்வர்ணத் தேர்வும், உறுதியான கோடுகளும், ஓவியச் சட்டகத்திற்குள் இடம்பெறும் பேசுபொருள்களும் எனலாம். முகலாய ஓவியங்கள்

பெரும்பாலும் பேரரசர்களின் உருவங்கள் அல்லது அரசசபை காட்சிகள். ஆனால் ராஜஸ்தான் ஓவியச் சட்டகங்களில் இறை உருவங்களுக்கும் முக்கியத்துவம் உண்டு. குறிப்பாக நத்வாரா பகுதியில் உருவாகி உலகப்புகழ்பெற்ற பிச்வாய் கிருஷ்ண லீலை ஓவியங்கள். பருத்தித் துணித்திரையில் இயற்கை வர்ணங்களைக் கொண்டு வரையப்படுவை.

பக்தி இயக்கத்தின் விளைவாக ராஜபுதன மண்ணில் செழித்த வைஷ்ணவமும், மார்வாரிகளின் எழுச்சியால் உருவான பொருளியலும் ராஜஸ்தான் ஓவியமரபில் பெருந்தாக்கங்களை உருவாக்கிய இரு வரலாற்று நிகழ்வுகள் எனலாம். ராஜஸ்தான் ஓவிய மரபில் சமணப்பங்களிப்பை உறுதி செய்யும் ஆலயங்களும் உள்ளன. ராஜஸ்தான் அரண்மனை ஓவியங்களைத் தாண்டி வெகுமக்களுக்கென்ற ஓவிய பாணியாக மார்வாரி ஓவியங்களையும் மந்தனா ஓவியங்களையும் சொல்லலாமென நினைக்கிறேன்.

ஷெகாவதி வணிகச் செழிப்பு மிக்க மார்வாரிகள் நிறைந்த பகுதி. அவர்கள் 19–20 நூற்றாண்டுகளில் கட்டிய மாளிகைகள் சுவர் ஓவியங்கள் நிறைந்த கலைக்கூடமாகத் திகழ்கின்றன. ஆங்கிலேயர்களுடனான வணிகத் தொடர்பின் பாதிப்புகளை இவ்வகை ஓவியங்களில் காணமுடியும்.

அசப்பில் வார்லி ஓவியங்களை நினைவுபடுத்துபவை மந்தனா ஓவியங்கள். ராஜஸ்தான் மாநிலத்தின் சவாய் மாதோபூர் பகுதிகளின் சிற்றூர்புரங்களில் இவ்வகை சுவரோவியங்கள் சிறப்பாக வரையப்படுகின்றன. கிராமிய கலைவடிவம் என்பதென் துணிபு. பெரும்பாலும் குடிசைகளின் உற்புறச் சுவர்களில் வரையப்படுகின்றன. இந்த ஓவியங்கள் தீமையிலிருந்து குடும்பத்தை தற்காத்து நன்மைகளை உருவாக்குபவை எனும் நம்பிக்கை உலவுகிறது. மாட்டுச் சாணம், ரதி என்னும் ஒரு உள்ளூர் களிமண், சுண்ணாம்புத் தூள் ஆகியவை வண்ணக் கலவைகள் உருவாக்க பயன்படுகின்றன. பருத்தி, முடிக் கற்றை ஆகியவற்றை எழுதுகோலாக அல்லது தூரிகையாக பயன்படுத்துகின்றனர். இந்த ஓவியங்களில் விநாயகர், மயில்கள், பலவகை விவசாய வேலை செய்யும் பெண்கள், புலிகள், மலர்கள் முதலியன இடம்பெறுகின்றன.

செல்வேந்திரன்

22-08-1982-ல் தூத்துக்குடி மாவட்டத்திலுள்ள சாத்தான் குளத்தில் பிறந்தார். குடும்பச் சூழலால் பள்ளிப் படிப்பு பாதியில் தடைபட்டது. அப்பா நடத்திய தீப்பெட்டி ஆபீஸ்ஸில் வேலை பார்த்தார். தொலைதூர கல்வித் திட்டத்தில் அரசியல் அறிவியலில் தேர்ச்சி பெற்றார். 2004 முதல் 2008 வரை *ஆனந்த விகடன்* குழுமத்தின் சர்க்குலேசன் பிரிவில் பணியாற்றினார். 2009-லிருந்து *தி ஹிண்டு* குழுமத்தின் விற்பனை மற்றும் வினியோகப் பிரிவில் பணி.

தமிழில் வலைப்பூ எழுத்து ஓர் அலையாகக் கிளம்பியபோது தீவிரமாக இயங்கியவர்களுள் இவரும் ஒருவர். ஆனந்த விகடனில் இவர் எழுதிய *'முடியலத்துவம்'* தொடர் பெருவாரியான வாசகர்களின் கவனத்தை ஈர்த்தது. தொடர்ந்து தமிழின் முன்னணி அச்சு ஊடகங்களில் கட்டுரைகள், கதைகள் எழுதி வருகிறார். வாசிப்பின் அவசியம், தற்காலத் தமிழிலக்கியம் குறித்து மாணவர்கள் மத்தியில் உரையாற்றி வருகிறார்.

முடியலத்துவம், பாலை நிலப் பயணம், வாசிப்பது எப்படி?, நகுமோ லேய் பயலே, உறைப்புளி ஆகிய நூல்களை எழுதியுள்ளார். *வாசிப்பது எப்படி* நூல் ஆங்கிலத்தில் 'How to Read?' எனும் பெயரில் மொழிபெயர்க்கப்பட்டுள்ளது.

மனைவி திருக்குறளரசி. மகள்கள் இளவெயினி, இளம்பிறையுடன் கோவையில் வசித்து வருகிறார்.